புலிப்பானி ஜோதிடர்

புலிப்பானி ஜோதிடர்

காலபைரவன்

எதிர்
வெளியீடு

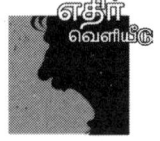

புலிப்பானி ஜோதிடர்

காலபைரவன்

முதல் பதிப்பு: டிசம்பர் 2018

எதிர் வெளியீடு,
96, நியூ ஸ்கீம் ரோடு, பொள்ளாச்சி - 642002.
தொலைபேசி: 04259 - 226012, 99425 11302.
விலை: ரூ. 150

PuLippani JothiDar

Kaalabairavan

Copyright © Kaalabairavan

First Edition: December 2018

Published by
Ethir Veliyeedu, 96, New Scheme Road. Pollachi - 642002.
Email: ethirveliyedu@gmail.com
www.ethirveliyedu.in

Price: ₹ 150

Wrapper Design: Santhosh Narayanan

ISBN : 978-93-87333-46-8

Layout : Publishing Next

Printed at Jothy Enterprises, Chennai.

All rights reserved. No part of this book may be reprinted or reproduced or utilised in any form or by any electronic, mechanical or other means, now known or hereafter invented, including photocopying and recording, or in any information storage or retrieval system, without permission in writing from the Publisher.

காலபைரவன்

இயற்பெயர் விஜயகுமார். பிறப்பு : 06.02.1977

விழுப்புரம் மாவட்டம் கண்டாச்சிபுரத்தில் வசிக்கிறார். அரசுப்பள்ளியில் ஆசிரியப் பணி. இதுவரை 'புலிப்பானி ஜோதிடர்', 'விலகிச் செல்லும் நதி' மற்றும் 'கடக்க முடியாத இரவு', 'பைசாசத்தின் எஞ்சியசொற்கள்' மற்றும் 'அதிதி' ஆகிய சிறுகதைத் தொகுப்புகளும், 'ஆதிராவின் அம்மாவை ஏன் தான் நான் காதலித்தேனோ?' எனும் கவிதைத் தொகுப்பும் வெளியாகியுள்ளன.

மனைவி: சரஸ்வதி

மகள்கள்: நித்ய சைதன்யா, அதிதி சம்ரிஷ்தா

மனைவி ச.சரஸ்வதிக்கு...

பொருளடக்கம்

01. காக்கா கதை | 13
02. தொடுவானம் | 23
03. நீர்க்குமிழி | 38
04. பயாப்ஸி | 49
05. பனைகளின் காலம் | 65
06. புலிப்பானி ஜோதிடர் | 83
07. பூனைகள் யானைகளான கதை | 101
08. வனம் | 115
09. ஹேராம் | 129

முன்னுரை

இப்போது நினைத்துப் பார்த்தாலும் ஒரு கனவு போலத்தான் இருக்கிறது முதல் தொகுப்பு வெளிவந்தது. புலிப்பானி ஜோதிடர் தொகுப்பு எனக்குத் தொடர்ந்து எழுதும் உத்வேகத்தை அளித்தது. முகம் தெரியாத பல நண்பர்கள் தொகுப்பின் சில கதைகளைப் பற்றி நம்பிக்கை தரும் வார்த்தைகளைக் கூறினார்கள். ஆனபோதிலும் இரண்டாம் பதிப்பு வெளிவர பத்தாண்டுகளைக் கடக்க வேண்டியிருக்கிறது.

சில கதைகளை மீண்டும் திருத்தி எழுதியிருக்கிறேன், ஆனாலும் திருப்திகரம் கூடிவரவில்லை. திருத்தி எழுதிக்கொண்டே இருக்கத்தான் தோன்றுகிறது. ஓர் எழுத்தாளனின் மனம் அப்படித்தான் இருக்கும் போல.

நல்ல புத்தகங்களைப் படிப்பதும், நல்ல திரைப்படங்களைத் தேடிப் பார்ப்பதுமாகக் கழிகின்றன நாட்கள். இவற்றைத் தவிர வேறெதையும் செய்ய மனம் ஒப்பவில்லை.

ஓர் எழுத்தாளனுக்குப் பயணம் என்பது பெரிய அனுகூலம். ஆனால், சிறு பயணங்களைக்கூட மேற்கொள்ள இயலாதபடி மனம் கனத்துக் கிடக்கிறது.

இந்த இரண்டாம் பதிப்பு வெளிவருவதை முன்னிட்டாவது வெகுகாலமாக மனதிலேயே திரண்டு கிடக்கும் நாவலை எழுதி முடித்துவிட வேண்டும் என்ற உறுதி எடுத்துக்கொள்ளத் தோன்றுகிறது. பார்க்கலாம்.

நானும் கண்டராதித்தனும் எப்போதும் எலியும் பூனையுமாக இருந்தாலும் தினமும் சந்தித்து கொண்டுதான் இருக்கிறோம்.

என் எல்லாக் குணக்கேடுகளில் இருந்தும் ஓர் அன்னத்தைப் போல நல்லதை மட்டுமே எடுத்துக்கொண்டு என்

ஔடதமாகவிருக்கும் சூடிக் கொடுத்த சுடரொளிக்கு என் அன்பின் பெரும்பகுதி.

எல்லாக் கேடுகளையும் பொறுத்துக்கொண்டு கூட இருக்கும் மனைவி சரஸ்வதிக்கு இத்தொகுப்பை சமர்ப்பிப்பது பொருத்தமாக இருக்கும் எனத் தோன்றுகிறது.

அன்றாடச் சோர்வுகளில் இருந்து என்னைக் காத்துக்கொள்ளும் தம்பிகள் எஸ்.குரு, எம்.பார்த்தசாரதி, கே.தட்சணாமூர்த்தி ஆகியோர்க்கு என் அன்பு.

நூலை வெளியிட முன்வந்த எதிர் பதிப்பகம் அனுஷுக்கும் நண்பர் கார்த்திகைப் பாண்டியனுக்கும் என் நன்றிகள்.

காலபைரவன்

கண்டாச்சிபுரம்

விழுப்புரம்

kalabairavan@gmail.com

அலைபேசி: 9944413444

காக்கா கதை

1913ஆம் ஆண்டு திருநாகேஸ்வரம் பஞ்சாட்சர முதலியார் எழுதிய "காக்கா கதையை" அரசுக்கெதிரான நடவடிக்கை எனக் கூறி ஆங்கிலேய அரசாங்கம் தடை செய்தது என்பதை புதுவை ரோமன் ரோலன் நூலகத்தில், "விடுதலைப் போரில் தமிழகம் - இரண்டாம் பாகம்" எனும் நூலில் வாசித்தபோது அந்தக் கதையை வாசிக்க வேண்டும் எனும் ஆவல் தொற்றிக்கொண்டது. ஒரு சாதாரணக் கதை ஆள்பவர்களின் பார்வையில் எப்படி அசாதாரணமாகத் தெரிகின்றது எனும் புதிர் என்னுள் இன்றும் பல கேள்விகளை எழுப்பியபடியே உள்ளது. அந்தக் கதையைத் தேடி நான் அலையாத இடமே கிடையாது. தேடாத நூலகங்கள் இல்லை. கடைசியில் விழுப்புரத்தை அடுத்த பழையகருவாட்சி எனும் ஊரில் அக்கதையின் ஒரு பிரதி சட்டாம்பிள்ளை என்பவரிடம் இன்னும் பத்திரமாக இருப்பதாகக் கேள்விப்பட்டு மகிழ்ச்சி அடைந்தேன்.

அவருக்கும் அக்கதையின் மேல் உயர்ந்த மதிப்பீடு இருந்தது. "தம்பி, தஞ்சாவூர் சதி வழக்கில் இக்கதையை அவர்கள் பிரதான சாட்சியாக சேர்த்து தடை செய்ததன் மூலம் கதைக்கு ஒரு முக்கியத்துவத்தை ஏற்படுத்திக் கொடுத்தனர். மேலும், கடைசி வரை அக்கதையாசிரியர் கதை ஆங்கிலேயர்களுக்கு எதிரானது அல்ல என்று கூறவே இல்லை. அதன் காரணமாக அவர் எல்லா

தண்டனைகளும் அனுபவிக்க வேண்டி வந்தது" எனக்கூறி தூசி படிந்திருந்த அக்கதையை என் கைகளில் ஒப்படைத்தார். தாள்கள் பழுப்பேறி, தொட்டால் ஒடிந்துவிடும் படிக்கு இருந்தது. நான் வீட்டிற்குக் கொண்டுவந்து மீண்டும் கணிப்பொறியில் அக்கதையை உள்ளீடு செய்து அச்சிலேற்றினேன்.

அக்கதையை வெளியிடும் இத்தருணத்தில், கதையை கண்டடைய எனக்கு வழிகாட்டிய அனைவரையும் நினைத்துக் கொள்கின்றேன். நேர்பேச்சின் மூலம் கதை குறித்த தகவல்களை தந்தும், கடிதம் வழி என்னை உற்சாகப்படுத்தியும் வந்த எழுத்தாளர், நண்பர் சேப்ளாநத்தம் கதிர்நிலவன், எழுத்தாளர் பற்றி அறிந்துகொள்ளும் பொருட்டு திருநாகேஸ்வரம் சென்ற போதெல்லாம் முகம் சுளிக்காமல் உணவு கொடுத்து உதவிய தோழி உதயாவின் குடும்பத்தினர், தன் சொந்த மகனைப் போல பரிவு காட்டி பழம் பிரதியைத் தந்துதவிய திரு.சட்டாம்பிள்ளை ஆகியோர்களுக்கும் என் நெஞ்சின் ஆழத்திலிருந்து நன்றி தெரிவித்துக் கொள்கிறேன்.

தன் பெரும்பான்மையான நேரத்தை இக்கதைக்காக ஒதுக்கியும், விவாதித்தும் செம்மைப்படுத்த உதவிய முதல் வாசகியாகிய என் மனைவிக்கு பிரிய அன்பு.

எல்லாப் பழமைகளையும் மறந்து கொண்டிருக்கும் இந்நாளில் இக்கதையைப் பிரசுரிக்க முன்வந்திருக்கும் சல்லிகை பதிப்பகம் திரு.இளங்கோவன் அவர்களுக்கும் என் நன்றி.

இக்கதையை இதன் ஆசிரியர் பஞ்சாட்சர முதலியார் அவர்களின் துணைவியார் திருமதி.சிவகாமி அம்மையார் அவர்களுக்கு சமர்ப்பணம் செய்வதில் பெருமகிழ்ச்சியடைகிறேன்.

★★★

காலை.

அவன் தன் வீட்டு மொட்டைமாடியில் அமர்ந்து வழக்கம் போல கதையெழுதிக் கொண்டிருந்தபோது, அவன் தலைக்கு மேலாக அந்தக் காகம் பறந்து கொண்டிருந்தது. தோட்டத்தில் உயரமாக வளர்ந்திருந்த கருவேப்பிலை மரத்தில் இன்னும் சில காகங்கள் அமர்ந்திருந்தன. மரங்களினூடே சூரியன் தன் கதிர்களை இன்னும் கூர்மைப்படுத்திக் கொண்டிருந்தான். காற்று பெருத்த சப்தத்தோடு வீசியது. பறந்து கொண்டிருந்த காகம் மெல்ல

தரையிறங்கி, அவன் அருகில் வந்தமர்ந்து, அவனைப் பார்த்து, "நீ எழுதிக் கொண்டிருக்கும் கதையில் உள்ள அந்த அரசமரத்தில் நான் கூடுகட்டிக் கொள்ளட்டுமா?" எனக் கேட்டு அலகால் தரையைக் கீறியது.

காகம் கூடுகட்டிக் கொள்வதன் மூலம் தன் எழுத்து இன்னும் இயல்பானதாக மாற்றமடையும் என அவன் கருதினான். ஒரு காகம் புனைவிலுள்ள ஒரு மரத்திற்கு வருதல் மிகப்பெரிய அதிசயம் தானே. அதன் பொருட்டு புனைவு தன் எல்லையை இன்னும் விரித்துக்கொள்ள வாய்ப்பிருக்கலாம் எனவும் நினைத்துக் கொண்டான். தன் பக்கத்திலிருந்த அக்காகத்தை மெல்லத் தடவிக் கொடுத்து சில நிபந்தனைகளை விதித்தான்:

1. நீ கூடு கட்டிக் கொள்வது பற்றி எனக்குக் கவலையில்லை.

2. கூடுகட்டியபின், கதைக்குள் வரும் யாரையும் தொந்தரவு செய்யக் கூடாது.

3. நான் எழுதிக் கொண்டிருக்கும்போது எக்காரணம் கொண்டும் கூட்டை விட்டு வெளியே வரக்கூடாது.

4. நான் கூட்டை கலைக்கச் சொன்னால், கலைத்துவிட வேண்டும்.

5. கூட்டுக்கு வந்தபின் நீ பறவையின் சுதந்திரத்தைப் பற்றி ஏதும் பேசித் திரியக் கூடாது.

அவன் நிபந்தனைகளைக் கூர்ந்து கவனித்த காகம், அப்படியே நடந்து கொள்வதாக உறுதியளித்தது. கடைசி நிபந்தனை தேவையில்லாத ஒன்று என நினைத்தது. பறப்பதுதானே தனது சுதந்திரம், அதை எப்படி விட்டுக்கொடுக்க முடியும் என்றும், கூட்டிற்கு வந்தபின் அவனுடன் பேசி அதை சரிக்கட்டிவிடலாம் என்றும் யோசித்தவாறு பறந்து சென்றதும், அவன் விட்ட இடத்திலிருந்து எழுத ஆரம்பித்திருந்தான்.

மறுநாள் அதிகாலையிலேயே கொஞ்சம் சுள்ளிகளை தன் அலகில் கவ்விக்கொண்டு, அவன் வருகைக்காக மொட்டைமாடியில் காத்திருந்தது. தன் சிறகசைப்பு கூட அவனை எந்தவிதத்திலும் சங்கடப்படுத்திவிடக்கூடாது என்பதில் அது கண்ணும் கருத்துமாக இருந்தது. அவன் படியேறி மேலே வரும் சப்தம் கேட்டதும் அது, இடப்பெயர்வுக்குத் தன்னை தயார்படுத்திக் கொண்டிருந்தது.

“நான் கூட்டை இன்றிலிருந்தே கட்ட ஆரம்பிக்கிறேன்” என்று அது சொன்னதும், அவன் “ம்”எனத் தலையசைத்து புன்னகைத்தான்.

சுள்ளிகளை தன் அலகால் மிகக் கவனத்தோடு கவ்விக்கொண்டு வெகு லாவகமாக கதையில் கிளைபரப்பியிருந்த அந்த அரசமரத்திற்கு பறந்து சென்றது. மரத்தின் எல்லாக் கிளைகளிலும் பறந்து திரிந்து அமர்ந்து ஆசுவாசப்படுத்திக் கொண்டிருந்த போது, அவன் கீழிருந்து “ஸ்”என ஒற்றை விரலால் வாயை மூடி, அமைதிகாக்கும்படி காகத்திடம் கூறினான். அது மரத்திலிருந்து பார்த்தபோது அவன் வீடு மற்றும் அவன் வசிக்கும் தெரு ஆகியவை அந்த மரத்திற்கு வெகு கீழே தீப்பெட்டி வடிவத்தில் இருப்பதாக நினைத்துக்கொண்டது. பின், கொண்டுவந்திருந்த சுள்ளியைக்கொண்டு கூட்டைக் கட்டத் தொடங்கியது. அவன் கீழிருந்து, கூட்டை வடிவமைக்கும் காகத்தின் திறமையை வெகுவாக ரசித்துக்கொண்டிருந்தபோது, அதுவும் மேலிருந்து அவனைப்பார்த்தபடி, அவனது கருணையை எண்ணி வியந்தது.

அன்றும் சீக்கிரமே விடிந்து விட்டது. வழக்கம்போல அவனும் தாளின் வேறொரு பக்கத்தில் எழுதிக்கொண்டிருந்தபோது சிறு குச்சிகளுடன் வந்த காகம், முதல்பக்கத்தில் உள்ள மரத்திற்கு தன்னால் செல்ல முடியாதது கண்டு ஏமாற்றத்தோடு அவனருகில் வந்தமர்ந்ததை அவன் ஆச்சரியத்துடன் நோக்கினான்.

காகத்தைப் பார்த்து “என்ன?” என்றான்.

“மரம் தாளின் அந்தப் பக்கம் இருப்பதால் என்னால் மரத்தை அடைய முடியவில்லை” என்றது அது.

“அதற்கு நான் என்ன செய்யமுடியும்? பக்கம் முடிந்ததும் நான் திருப்பிவிடத்தானே செய்வேன்” எனச் சொல்லி அதைப் பார்த்தான்.

அதுவும் யோசித்துவிட்டு, “நீதான் ஒருவழி கண்டுபிடிக்க வேண்டும்” என்றது.

அவன் கண்களை மூடி யோசித்தான். அவனது விரல்கள் தாள்களை தடவிக்கொண்டிருந்தன. கருவேப்பிலை மரத்துப் பறவைகள் சப்தமெழுப்பிக்கொண்டு தங்கள் சிறகுகளை அடித்தபடி பறப்பதும், மரத்திற்கு திரும்புவதுமாக இருந்தன. காலையிலேயே வெயிலின் தாக்கம் அதிகமாக இருந்தது. பின்

தீர்க்கமாகக் கூறினான்: "சரி. உனக்காக ஒவ்வொரு பக்கத்திலும் அந்த மரத்தை அப்படியே ஏதும் மாற்றம் செய்யாமல் கதையில் கொண்டுவந்து விடுகிறேன்."

அதன் கண்கள் மகிழ்ச்சியால் மினுங்கின. அவனது எழுத்துக்கு எந்த பங்கமும் தன்னால் நேர்ந்துவிடக்கூடாது என மீண்டுமொருமுறை எண்ணிக்கொண்டது. அப்படி நடந்து கொள்வதுதான் தான் அவனுக்குச் செய்யும் பேருதவியாக இருக்கும் என்றும் நினைத்தது அது.

இந்த சங்கதிகளையெல்லாம் பார்த்துக்கொண்டிருந்த அவன் மனைவி "வேலில போற ஓணான புடிச்சி மடியில உட்டுகினு, குத்துதே கொடையிதேனு சொல்றதே உங்க வழக்கமாப் போச்சு" என அலுத்துக்கொண்டாள்.

வெயில் கொளுத்தும் அந்நீண்ட நாட்களின் பெரும்பாலான நேரங்களில் அவன் எழுதியபடியே இருக்கும்போது காக்கையும் கூட்டை மெதுவாகக் கட்ட ஆரம்பித்திருந்தது. பழைய சணல், கருவேலமுட்கள், ஒடிந்த தொடப்பங்குச்சி, தேங்காய் பஞ்சு ஆகியவைகளை தன் அலகால் கவ்விக்கொண்டு வருவதும் போவதுமாக இருக்கும். காலையிலும், மாலையிலும் சப்தமிட்டபடி தனது சிறகை படபடவென அடித்துக்கொள்ளும் அதன் செயல்பாடு பற்றி அவன் மனைவி அடிக்கடி அவனிடம் புகார் தெரிவித்துக்கொண்டிருப்பாள்.

ஒருநாள் மாலை கிழக்கு நோக்கிப் பறந்த பறவைக் கூட்டத்தைக் கண்ட காகம், தன் தனிமையை எண்ணி துயரப்பட்டது. "இந்த மரத்தை எந்தப் பறவையும் ஏன் பொருட்படுத்துவதேயில்லை" எனும் கேள்வி அதன் மனதில் எழுந்தது. தனக்குத் துணையிருந்தால் தானும் மகிழ்வுடன் இருக்கலாமே என்றெண்ணி, எழுதிக்கொண்டிருந்த அவனிடம். "நீ மட்டும் புள்ளகுட்டிகளோட ஜாலியா இருக்க. என்னப்பத்தி எப்பவாவது நினைச்சிப் பார்க்கறீயா?" என்றது.

"அதுக்கு நா என்ன செய்ய?"

"இன்னொரு காக்காவை இட்டுட்டு வரட்டுமா. இல்ல, நீயே ஒரு காக்காவ கதையில கொண்டு வரயா?"

"வெளியில இருந்தெல்லாம் கொண்டு வரவேண்டாம். நா வேணா உனக்கு துணைக்கு ஒரு காக்காவ கதையில கொண்டு வந்துடறேன்" என்றான்.

சொன்னபடி, அடுத்த அத்தியாயத்திலிருந்து மேலும் ஒரு காகத்தைப் புகுத்தினான். அந்தக் காகம் மெல்ல பறந்து மரத்தை அடைந்து முதல் காகத்துடன் இணைந்துகொண்டது. முதல் காகம், தன் வாழ்க்கையில் இன்று ஒரு முக்கியமான நாள் என நினைத்துக்கொண்டது. இரண்டும் சந்தோஷமாகப் பறந்து திரிந்தன.

கதையின் ஆறாவது அத்தியாயத்தில், காகங்களுக்காக ஒரு பிரச்சனை காத்திருந்தது. சென்ற அத்தியாயத்தில் குளித்துக்கொண்டிருந்த கதாநாயகியைப் பார்த்து கத்திக் கொண்டிருந்ததற்காக இரு காகங்களையும் கூப்பிட்டு அவன் கண்டித்தான். அவனது மனைவியும் உடன் சேர்ந்துகொண்டு காகங்களை திட்டித் தீர்த்தாள். "இனிமேல் தவறு நிகழ்ந்தால் உங்களை மரத்தை விட்டு அப்புறப்படுத்துவதைத் தவிர எனக்கு வேறு வழியில்லை" என்றும் கூறினான். காகங்களும் "இனிமேல் அவ்வாறு நடக்காது" என உறுதியளித்தன.

கூடு கட்டும் வேலை முடிவடையும் நிலையில் இருந்தபோது அவன் பத்தாம் அத்தியாயத்தை எழுதிக்கொண்டிருந்தான். அப்போது இரு காகங்களும் வேல முட்களைக் கவ்விக்கொண்டு வந்தபோது, ஒரு முள்மட்டும் நழுவிக் கீழே விழுந்து, மாடிக்கு வந்த அவன் மனைவியின் காலில் தைத்துவிட்டது. அவள் சப்தமிட்டு ஊரையே கூட்டிவிட்டாள். மீண்டுமொருமுறை அவைகள் அவர்களிடம் மன்னிப்பு கேட்க வேண்டியிருந்தது.

கோடையின் வெம்மை தாங்காமல் மரம் இலைகளை உதிர்க்கத் தொடங்கின என்று பதினான்காம் அத்தியாயத்தில் அவன் எழுதியதும் மரம் இலைகளை வேகவேகமாக உதிர்க்கத் துவங்கின. திடீரென இலைகள் உதிர்வதைக் கண்ட இரு பறவைகளும் அவனிடம் கெஞ்சின.

"இலைகள் உதிர்வதைக் கட்டுப்படுத்த முடியாதா?" என்றும் அவனிடம் கேட்டன.

“கதைக்கு அவசியமானதையெல்லாம் மாற்ற முடியாது” என்றும் “கதையில் காலத்தைக் குறிப்பிட எனக்கு வேறு வழியில்லை” என்றும் திட்டவட்டமாகக் கூறினான்.

நான்கைந்து மாதங்கள் வெயிலின் கொடுமை தாங்காமல் அவை சிரமப்பட்டன. கூட்டை விட்டு வெளிவருவதே இல்லை. கூடு எல்லோர் பார்வையும் படும்படியாக இருந்ததால், கதையில் உள்ள சிறுவர்கள் கூட்டின் மீது கல்லெறிந்தார்கள். ஒரு சிலர் மரத்தில் ஏறி கூட்டில் ஏதும் முட்டையுள்ளதா என்றும் பார்த்தனர். அவன் மெல்ல, மெல்ல கதையின் இறுதிப்பகுதிக்கு வந்திருந்தான்.

ஒருநாள் அவன் இரு பறவைகளையும் அழைத்து. “கதைப்படி மரத்தை கடைசி அத்தியாயத்தில் வெட்ட வேண்டியிருக்கிறது” என்று கூறினான்.

“எங்கள் கதியை நீங்கள் யோசிக்கவில்லையா?” என்றன அவை.

“நான் என்ன செய்ய முடியும். கதையை முடித்தாக வேண்டுமில்லையா?”

“இந்த மனிதர்களே இப்படித்தான். அவர்களின் நலன்தான் அவர்களுக்கு முக்கியம். மற்றது எப்படியானால் அவர்களுக்கென்ன.”

அவன் உறுதியாகச் சொன்னான்: “நீங்கள் கூட்டைக் கலைத்துக் கொண்டு வேறெங்காவது சென்று விடுங்கள்.” அவையிரண்டும் மவுனமாக இருந்தன. வேறு வழிகள் ஏதும் தெரியாமல் மலங்க மலங்க விழித்தன. கண்ணீர் உகுத்தன. அவனைப் பார்த்து கெஞ்சலுடன் கேட்டன. “வேறெந்த வழியும் கிடையாதா?”

அவன் “இல்லை” என்றவிதமாய் தலையாட்டினான். அவை சோகம் கப்பிய முகத்தோடு தங்களது கூட்டிற்குத் திரும்பின.

கதையினுள் இருந்த எல்லோரின் தோட்டங்களிலும் பறவைகள் பல்வேறு விதைகளைத் தூவின. மழைக்காலமாதலால் விதைகள் முளைத்து செடியாகி தழைத்து வளர்ந்தன. வீட்டுக்காரர்கள் எல்லோரும் அவனிடம் வந்து “ஏன் இப்படி எல்லோர் தோட்டங்களிலும் அளவுக்கதிகமான கன்றுகளை உருவாக்குகிறீர்கள்” என்று கேட்டனர். “அது தன்னுடைய செயல் அல்ல” என்று அவன் அவர்களிடம் கூறினான். இவை

காகத்தின் பழிவாங்கல்தான் என்றும், தனக்கெதிராக அவை எண்ணற்ற மரங்களை உருவாக்க எத்தனிக்கின்றன என்றும் அவன் நினைத்துக்கொண்டான்.

கொஞ்ச நாட்களில் மரங்கள் தமதமவென வளர்ந்தன. அடர்ந்த வனம் உருக்கொள்வது போல இருந்தது. பறவைகள் மிகவும் மகிழ்ந்து உலாவின. அவற்றின் சுதந்திரம், மகிழ்ச்சி ஆகியவைகள் அவனுள் கோபத்தை ஏற்படுத்தியதால் அவற்றைக் கூப்பிட்டு, "இன்னும் இரண்டு நாளில் மரம் வெட்டப்பட்டு விடும்" என்று உறுதியாகக் கூறினான்.

மறுநாள் அவையிரண்டும் அவனுக்கெதிராக மாவட்ட நீதிமன்றத்தில் வழக்குத் தொடர்ந்தன. வழக்கின் அவசர நிலையைக் கருத்தில்கொண்டு உடனே இந்த வழக்கை எடுத்துக்கொள்ள வேண்டுமெனவும் கேட்டுக்கொண்டன. நீதிபதியும் வழக்கைப் பரிசீலித்து விசாரணைக்கு எடுத்துக் கொண்டதுடன், மரம் வெட்டப்படுவதற்கு இடைக்கால தடையும் விதித்து உத்தரவிட்டார். உத்தரவைக் கேட்டதும் அவனுக்கு தர்மசங்கடமாக ஆகிவிட்டது. இன்னும் ஒரு வாரத்திற்குள் கதையை முடித்தாக வேண்டும் எனும் கட்டத்தில் இருக்கும் அவனுக்கு ஏதும் புரியவில்லை.

பயத்தால் அவனது முகம் வெளிறி விட்டது. கைகால்கள் மெல்ல நடுங்கத் தொடங்கின. காக்கைகள் மிகுந்த சந்தோஷத்தோடு பறந்து சென்றன. அவன் வைத்த கண் வாங்காமல் அவை பறந்து செல்வதையே பார்த்துக்கொண்டிருந்தான்.

வீட்டிற்குத் திரும்பியும் அவனின் ஆத்திரம் தீரவில்லை. அவைகள் மீதான குரூரம் அதிகரித்தபடியே இருந்தது. அவையும் வேண்டுமென்றே, அவன் எழுதிக் கொண்டிருந்தபோது எச்சங்களை இடுவது, சப்தமிட்டபடி அவனை உரசிச் செல்வது, இறகுகளை படபடவென அடித்துக்கொள்வது ஆகியவற்றில் ஈடுபட்டன.

அவன் மனைவி அவனைப் பழித்துக்கொண்டேயிருந்தாள். இதைப் பொறுக்கமாட்டாமல் அவன் மரத்தை வெட்டி விடுவது எனத் தீர்மானித்து ஓர் ஆளையும் அமர்த்தி விட்டான். முதலில் ஒரு வேட்டைக்காரனை அழைத்துவந்து அப்பறவைகளை சுட்டு வீழ்த்தினான். அவற்றின் மரணம் வெகு சாதாரணமாக நிகழ்ந்தது. யாரும் எதுவும் கேட்கவில்லை. ரத்தம் சொட்டச்

சொட்ட வீழ்ந்த அப்பறவைகள் தாளின் அந்தப் பக்கத்தை சிவப்பாக்கிச் சரிந்தன. பின்னர், மரம் வெட்டுபவனை அழைத்துப் பெரிய வாளின் துணையோடு மரத்தை அடியோடு அறுத்தெறிந்தான். பெரும் சப்தத்துடன் மரம் கீழே சரிந்தது. அவர்கள் தங்களை ஆசுவாசப்படுத்திக்கொண்டு வேர்வையைத் துடைத்துக் கொண்டனர். எல்லாவற்றையும் மிகவும் கச்சிதமாகச் செய்துவிட்டோம், என நினைத்துக் கொண்டான்.

நீதிமன்றத்தை அவமதித்து விட்டதாகக் கூறி, அவன், அவன் மனைவி மற்றும் அந்தக் கூலியாள் ஆகியோர் மறுநாள் கைது செய்யப்பட்டனர். "தன் கதையில் தான் உருவாக்கிய ஒரு கற்பனை மரத்தை தான் வெட்டி வீழ்த்தியதாக" அவன் கூறினான்.

"சட்டத்திற்கு கற்பனையென்றும், நிஜமென்றும் ஏதும் கிடையாது. அது விபரீதத்தின் உள்ளடக்கத்தையே கருத்தில் கொள்ளும்" என நீதிபதி கூறி அவர்களை சிறையிலடைக்க உத்தரவிட்டார்.

ஒரு வாரம் கழித்து, ஒப்புக்கொண்டபடி இன்னும் கதையை முடித்துத் தரவில்லை என்று கூறி அவன் மேல் மேலுமொரு வழக்கை அந்தப் பதிப்பகத்தார் தொடர்ந்தார். அவ்வழக்கில் ஆஜராவதற்காக வந்துகொண்டிருக்கும் அவன், தான் இனிமேல் காக்கைகளையே பார்க்கக் கூடாதென மனதில் நினைத்துக் கொண்டது பற்றி யாருக்கும் தெரிந்திருக்க வாய்ப்பில்லை.

★ ★ ★

பிரதியை ஒப்புநோக்கி செம்மைப்படுத்தவும், பாடபேதங்களை அறிந்துகொள்ளவும், எழுத்தாளரின் வாழ்க்கைக் குறிப்பைத் தெரிந்து கொள்ளவும் பயன்பட்ட நூல்கள்:

1. "திராவிட மொழிகள் ஆராய்ச்சிமையம்" தொகுத்த "பைந்தமிழ்க் கதைத் திரட்டு." (1916)

2. "யாழ்ப்பாண சர்வகலா சாலை" தொகுத்த "அதிசய கதைகள் அறுபது." (1920)

3. "சாலைப்புதூர் கோதண்டராம அய்யங்கார்" அவர்கள் தொகுத்த "பாரதக் கதைக் களஞ்சியம்" (ஆண்டு குறிப்பிடப்படவில்லை).

4. " Important stories of south india" compiled by F.K.Senguptha. (1934)

5. "Selected works of Tamil Writers" compiled and edited by Dr. F.M. Nanuk Sha. (1933)

● ● ●

தொடுவானம்

"இந்நேரத்துல எதுக்கு அந்தக் கடிதங்களைப் படிக்கிறீங்க" என என் மனைவி கேட்டபின்தான் நான் கடிகாரத்தைப் பார்த்தேன். மணி இரண்டடிக்க இன்னும் சில நொடிகளே இருந்தன. எல்லோரும் ஆழ்ந்த தூக்கத்தில் இருந்தனர். எனக்குத் தூக்கமே வரவில்லை. வீதியில் நாய்கள் குரைத்துக் கொண்டிருந்தன. அவரைக்கொடிகள் காற்றில் ஆடுவது சன்னல் கண்ணாடி வழியாக நன்கு தெரிந்தது. கட்டிலில் படுத்திருந்த என் மனைவியைத் திரும்பிப் பார்த்தேன். ஆழ்ந்த உறக்கத்தில் இருந்தாள். நாள் முழுக்க செய்யும் வேலை காரணமாக படுத்தவுடன் அவளுக்கு உறக்கம் பிடித்து விடுகிறது. மழைபெய்வதற்கு முன் வீசும் குளிர்ந்த காற்று சன்னல் வழியாக நுழைந்து மேசையில் கிடந்த புத்தகங்களை வருடிச் சென்றது. நான் மீண்டும் அந்தக் கடிதத்தைப் படிக்கத் துவங்கினேன். அவன் கையெழுத்து அச்சைப் போல இருக்கும். அப்படியே எடுத்துக் கண்ணில் ஒற்றிக் கொள்ளலாம். இதைப் போன்ற ஒரு மழை நாளின் இரவில் தான் அவனை வடலூரில் உள்ள ஆசிரியர் பயிற்சிப் பள்ளி ஆண்கள் விடுதியில் வைத்துச் சந்தித்தேன். கந்தன் என்ற பெயரைக் கூறி அறிமுகமான அவன் என்னைப் போலவே முதலாம் ஆண்டில் வேறொரு வகுப்பில் பயின்று வருவதாகத் தெரிவித்தான்.

தினமும் காலையில் எழுந்து விடுவதை அவனும் வழக்கமாக்கிக் கொண்டிருந்தான். "நான், காலையில் எழுந்ததும் பல் துலக்கிவிட்டு ஒரு பிடி வெந்தயத்தை வாயில் இட்டு, ஒரு சொம்பு குளிர்ந்த நீரைக் குடித்துவிட்டுத்தான் பிற வேலைகளைக் கவனிக்கத் துவங்குவேன்" என்று என்னிடம் கூறிய அவன், "நீங்களும் இதைச் செய்து பாருங்களேன்" என்றும் கூறினான். அவனின் பெரும்பாலான நேரங்களை என்னுடனேயே கழிப்பதில் அவனுக்கும் விருப்பம் இருப்பதாகவே நினைத்துக் கொண்டேன்.

"என்னங்க விஜயகுமார், எல்லாம் "சைக்காலஜி" படிக்கிறாங்க. நீங்க மட்டும் வேறெதையோ வாசிக்கிற மாதிரி இருக்கே" எனக் கேட்டுக்கொண்டே நான் படித்துக்கொண்டிருக்கும் "சினிமா கோட்பாடு" எனும் நூலை வாங்கிப் புரட்டிப் பார்ப்பான். "இது மாதிரி நெறைய புத்தகம் படிக்கிறதாலதான் உங்களால நெனச்ச நேரத்துல, நெனச்சபடி பேச முடிகிறது" என்று சொல்லியபடியே என்னைக் கடந்து அவன் எதிர் அறைக்குச் சென்று விடுவான்.

பெண்களுடன் அவன் பேசி நான் பார்த்ததேயில்லை. ஆனால், என்னை மட்டும் கேட்பான்: "நீங்க மட்டும் எப்படிங்க பொண்ணுங்ககூட சிரிக்க சிரிக்க பேசுறீங்க?" நான் மெல்லியதாக சிரித்து மட்டும் வைப்பேன். "இதுதாங்க உங்ககிட்ட எனக்குப் புடிச்சது" என்பான்.

"விஜி இந்த கந்தன் இல்ல, அவன் ப்ரியாவைக் காதலிக்கிறானாம். உனக்கு விஷயம் தெரியுமா" என அந்தோணி என்னிடம் கேட்கும்வரை அவனை நான் ஏதும் கேட்டது கிடையாது. அதுவுமில்லாமல் யார் யாரைக் காதலித்துக் கொண்டிருக்கிறார்கள் எனப் பார்ப்பது என் வேலையில்லை என்பதை நான் முன்கூட்டியே முடிவு செய்திருந்தேன். யாராவது சொன்னால் காதால் வாங்கிக் கொள்வேன். அது பற்றியெல்லாம் விசாரிக்கிற பழக்கம் எனக்குக் கிடையாது.

கந்தனே ஒருநாள் அது பற்றி என்னிடம் கூறியபோதுகூட நான் சுவாரசியமற்றபடிதான் கேட்டுகொண்டிருந்தேன். "படிக்கிற வயசுல எல்லாருக்கும் தோனுறதுதான்" என்று மட்டும் அவனிடம் கூறினேன்.

கடிகாரம் மூன்று முறை ஒலித்து அடங்கியபோது, எனது விரலிடுக்கில் அந்தக் கடிதம் படபடத்தபடி இருந்தது. என் மனைவி ஏதோ கூறியபடி புரண்டு படுத்தாள்.

உண்மையில் அவனைப்போல யாருக்கும் கஷ்டம் வரக்கூடாது என நினைத்துக்கொண்டேன். கஷ்டத்தை அவனே ஏற்படுத்திக்கொள்கிறானோ என்றும் தோன்றியது. அவனது கடிதத்தைப் படிக்கும் ஒவ்வொரு முறையும் மனம் கனத்து, கண்களில் நீர் கோர்த்துக் கொள்ளும். என்னை அவன் அடிக்கடி எழுத்தாளர் என விளிப்பது அர்த்தமற்றதென்பதை அவன் கடிதத்தை வாசிக்கும்போது உணர வேண்டியிருந்தது. அந்தளவிற்கு நேர்த்திமிக்கதாக இருந்தது அவன் எழுத்து. எனக்குத் திருமணம் ஆவதற்கு முன் ஒரே ஒருமுறை என் வீட்டிற்கு வந்து சென்றிருக்கிறான். எப்போதும் சோகம் கப்பிய முகத்தோடு இருக்குமவன், அரிய சந்தர்ப்பங்களில் மட்டுமே கொஞ்சமாகச் சிரிக்கப் பழகியிருந்தான். இளமையிலேயே ஒருவன் எப்படி இவ்வளவு கஷ்டங்களை ஏற்கப் பழகிவிடுகிறான் என்பது இன்னும் புரியாத ஒன்றாகவே உள்ளது.

என் மனைவி மீண்டும் புரண்டு படுத்தாள். எனக்குத் தூக்கம் சொக்கியது. கொட்டாவி விட்டபடி கட்டிலில் படுத்த சிறிது நேரத்தில் தூங்கிப் போனேன்.

★★★

அந்த மனநோய் மருத்துவமனையை அவள் அடையும்போது சூரியன் உச்சிக்கு வந்திருந்தது. வாகன இரைச்சல் காதைக் கிழித்தது. “அம்மா உங்கள டாக்டர் கூப்பிடுறார்” என்று உதவியாளன் சொன்னதும் அவள் கதவைத் திறந்துகொண்டு உள்ளே சென்றாள். வழக்கமான நிகழ்வுகளுக்குப் பிறகு மருத்துவர் அவளிடம் பேசத் தொடங்கினார்:

“உங்க கணவருக்கு பிரச்சினைன்னு சொல்றீங்க. ஏன் அவர கூட்பிட்டு வரல?”

“எனக்கு ஒன்னும் இல்லை. எல்லாம் உனக்கு தாண்டி நீ போய்க் காமிச்சிட்டு வா என்கிறார் டாக்டர்.”

“வைத்தியம் பார்க்கறதுக்கு அவசியம் நோயாளி வரனும்மா” என்று கூறியவர் “அவருக்கு என்ன பிரச்சினை?” என்று

கேட்டுவிட்டு அவளின் பதிலைக் கேட்க ஆயத்தமானபோது தொலைபேசி மணி ஒலித்தது. ரிசீவரை எடுத்து ஏதோ பேசி உடனே தொடர்பைத் துண்டித்துவிட்டு “நீங்க சொல்லுங்கம்மா” என்றார்.

“அவரு இப்பல்லாம் ராத்திரில தூங்கறதே இல்லைங்க சார். சில நாட்கள் விடிய, விடியக்கூட விழிச்சிட்டு இருக்கார். ஏதேதோ உளறுகிறார். இஷ்டம்போல என்னவெல்லாமோ எழுதறார். படுக்கச் சொன்னா முறைக்கிறார்.”

“உங்களுக்குள்ள செக்ஸ் நார்மலா இருக்கா?” அவள் சிறிது அதிர்ந்தவளாக, “ம்” என்றாள், தலையைத் தாழ்த்தியபடி “இல்லாத ஒன்ன இருக்கறதா நினைச்சிட்டு அதைப்பத்தின கற்பனையிலேயே மிதக்கிறார். யாரிடத்திலும் அன்பைக் காட்டுவதில்லை. சுடுசுடுவென பேசுகிறார். அவர நினைத்தாலே எனக்கு பயமா இருக்குது டாக்டர்.”

“வேறெதாவது செய்யறாரா?”

“கந்தன்னு ஒரு நண்பர் அவர்கூட படிச்சதா சொல்றார். அவனைப் போல யாரும் கஷ்டத்தை அனுபவித்து இருக்க முடியாதுன்னு சொல்லி அவர் நண்பர் எழுதியதாகக் குறிப்பிட்டு, சில கடிதங்களை என்னிடம் காட்டினார். ஆனால், அக்கடிதங்கள் இவருடைய கையெழுத்தில் இருக்கின்றன. நீங்க தானே எழுதினீங்க என்றால் போடி போக்கத்தவளே, இது உண்மையில் கந்தன் எழுதியதுதான் என்று ஓட்டாரமாகக் கூறுகிறார். அதிகம் வலியுறுத்தினால் மிகுந்த கோபத்துடன் மூச்சு வாங்கியபடி படபடப்புடன் பேசுகிறார். ஏதாவது ஆகிவிடுமோ என்று பயமாக இருக்கிறது டாக்டர். நல்லா இருந்தவர் ஏன் இப்படி ஆயிட்டார்னு எனக்குத் தெரியலையே சார்” என்று கூறி, மருத்துவரின் அனுமதியோடு மேசையில் வைத்திருந்த நீரைப் பருகினாள்.

மருத்துவர் பேசத் தொடங்கினார்.

“இது கொஞ்சம் சிக்கலானதுதான். லேசான மனப்பிறழ்வு தான். அவரைச் சமநிலைப்படுத்தக் கொஞ்சநாள் மாத்திரை எடுத்துக்கொள்ள வேண்டியிருக்கும். ஒழுங்காக மாத்திரை எடுத்துக்கொண்டால் இதை முற்றிலும் குணப்படுத்தி விடலாம். அடுத்தமுறை வரும்போது அவசியம் அந்தக் கடிதங்களை

எடுத்துக்கொண்டு அவரையும் அழைத்து வாருங்கள். அந்தக் கடிதங்களைப் படித்தால் ஒருவேளை நோயின் தன்மையைப் புரிந்து கொள்ளலாம். உங்கள் கணவரை ஏதாவது சொல்லி அழைத்து வாருங்கள். உங்களைக் காண்பிக்கத்தான் என்றுச் சொல்லி அழைத்து வாருங்கள். அவருடன் பேசி, ஹிப்னாட்டைஸ் செய்து, நாம் அவரது ஆழ்மனதில் என்ன இருக்கிறது என்று தெரிந்துகொண்டு வைத்தியம் செய்யலாம், ஒன்றும் ஆகாது, பயப்பட வேண்டாம்" என்று கூறி அனுப்பி வைத்தார்.

அவளுக்குத் திருப்தியாக இருந்தது. எப்படியாவது தன் கணவனை அழைத்து வந்துவிட வேண்டும் என எண்ணிக்கொண்டு வந்தவள், வீதியில் பாதம் பட்டு சுரீர் என்றதும், மிதியடியை அணிய மறந்ததை எண்ணி நொந்து கொண்டாள். வாகனச் சப்தம், விட்டு விட்டு, கேட்டுக்கொண்டே இருந்தது. காற்றில் தூசும், தும்பும் கலந்து எங்கும் நிறைந்திருந்தது.

★ ★ ★

முதல் கடிதம்

கண்டாச்சிபுரம்
5-12-2000

அன்புள்ள விஜயகுமார்,

கந்தன் எழுதுவது. நலம் நலமறிய ஆவல். திருமண வாழ்க்கை எப்படிச் சென்று கொண்டுள்ளது? தம்பி எந்தப் பள்ளியில் வேலை செய்கிறான்? நம் நண்பர்கள் யாரையாவது சந்தித்தாயா? இங்கு, பொன்னியை நர்ஸ் கோர்ஸ் சேர்த்துள்ளோம். தம்பி இந்தாண்டோடு பி.எஸ்.சி, முடிக்கிறான். கடனிலிருந்து இனிமேல் மீண்டுவிடலாம் என நினைக்கிறேன்.

நீ குறிப்பிட்டிருந்த சில பத்திரிக்கைகள் இங்கு கிடைக்கவில்லை. கடந்த மாதம் திருவண்ணாமலை சென்றிருந்தபோது (மலை சுத்தவதற்காகத்தான்) கோயிலடியில் இருந்த புத்தகக் கடையில் கணையாழி, காலச்சுவடு, உயிர்மை போன்ற பத்திரிக்கைகளை வாங்கினேன். சென்னை புத்தகக் கண்காட்சி எப்போது எனத் தெரிவிக்கவும், அவசியம் வருகிறேன்.

வீட்டில் இருக்கவே பிடிக்கவில்லை. எப்போதும் அம்மாவிற்கும், அப்பாவிற்கும் சண்டை. போரிட்ட வீடு நேரிட்டு விடும் என்று

ஆயா அவ்வப்போது கூறிவருகிறாள். வழக்கமான சண்டைதான் என்றிருந்தேன். இப்போது பிரச்சினை வேறொன்றாக மாறிவிட்டிருக்கிறது. அம்மாவுக்கும், வீட்டிற்குப் பக்கத்தில் அரிசிக் கடை வைத்திருக்கும் பாய்க்கும் தொடுப்பாம். எதையும் நான் புரிந்து கொள்ளாதபடிக்கு, மிகச் சாமர்த்தியமாக அவர்கள் சண்டை போடுகிறார்கள். இது கூடவா எனக்குத் தெரியாது?

ஒருநாள் சண்டையில் "புள்ளைகளை எனக்குப் பெத்தியா இல்ல, அந்த அரிசிக் கடக்காரனுக்கு பெத்தியா" என்று அப்பா, அம்மாவைப் பார்த்துக் கேட்டது என் காதில் ஈயத்தைக் கரைத்து ஊற்றியதுபோல இருந்தது. உன் கஷ்டங்களுக்கு இடையில் நான் இதை வேறு கூறி மேலும் உன்னைச் சங்கடத்திற்குள்ளாக்குகிறேன். என்ன செய்வது? யாரிடமாவது சொல்லவேண்டும் போலிருந்தது. இல்லையெனில் பைத்தியம் பிடித்துவிடும் போல உள்ளது.

எனக்கு மட்டும் ஏன் இப்படியெல்லாம் நடக்கிறது என்று தெரியவில்லை விஜி. சின்ன வயசிலிருந்தே அடிமேல் அடி. என் வீட்டில் எந்தக் கோடை விடுமுறையையுமே நாங்கள் சுகமாகக் கழித்தது இல்லை தெரியுமா? ஏதாவதொரு பிரச்சினை. அம்மா வீட்டை விட்டுப் போய்விடுவதும், பின்னர், நாங்கள் சென்று அழைத்து வருவதுமாக இருப்போம்.

இந்தப் பிரச்சனை பத்தாதென்று, சென்னகுணத்தில் உள்ள என் அத்தை மகள் உன்னைத்தான் கட்டிக்கொள்வேன் என்று தினம் தினம், போனில் தொந்தரவு தருகிறாள். எத்தனையோ நாட்கள் ரிசீவரை எடுத்துக் கீழே வைத்துவிடுகிறேன். இந்த நிலையில் என்னால் திருமணம் பற்றி நினைக்க முடியவில்லை.

இறுதியாக ஒன்று. உன் மனதோடு வைத்துக்கொள். இப்போதெல்லாம் யாருடைய மரணத்தையோ நான் எதிர்நோக்கிக் கொண்டிருப்பது போல அடிக்கடி கனவு காண்கிறேன். அது என் அப்பா, அம்மா அல்லது என்னுடைய மரணமாகவே கூட இருக்கலாம். இதையெல்லாம் யாரிடமும் நீ கூறவேண்டாம். செய்த வேலையைத் திரும்பத் திரும்பச் செய்ய வேண்டியுள்ளது. அது நூறு சதவீதம் சரியாக இருந்தாலும் கூட எனக்கு திருப்தி தருவதில்லை.

நீ கடிதம் எழுது. உன் கடிதமாவது என்னை அமைதிப்படுத்தட்டும். வழக்கம் போல இருந்து விடாதே.

என்றும் உன்

கந்தன்

இரண்டாவது கடிதம்

கண்டாச்சிபுரம்
23-01-2001

கந்தன் எழுதுவது. என்னைத் தவிர மற்ற எல்லாம் வெகு இயல்பாக நடக்கின்றன. எல்லாச் சண்டைகளுக்கு மத்தியிலும், அம்மா வெளிப்படையாகவே அந்த அரிசிக் கடைக்காரனுடன் அவ்வப்போது ஒதுங்குகிறாள். யாரும் காணக் கூடாத காட்சிகளை நான் காண வேண்டியிருக்கிறது. அப்பாவை இப்போதெல்லாம் "என் சாண்டையைக் குடிச்சவனே" என்று அம்மா திட்டுகிறாள். அப்பாவும் பதிலுக்கு "போடி ஊர ஓத்த தேவிடியா" என்று அசிங்கமான வார்த்தைகளால் திட்டுகிறார். தம்பி இங்கு வருவதேயில்லை. தெருக்குழாயில் தண்ணீர் பிடிக்க முடியவில்லை. தெரு மக்களின் பார்வை என்னைத் துளைத்து விடும் போல இருக்கிறது. அம்மாவோ, அப்பாவோ எதுவும் நடக்காதது போல இருக்கிறார்கள். நான் வீட்டை விட்டு எங்காவது சென்று விடலாமா என்று யோசிக்கிறேன். இங்கேயே இருந்தால் நிச்சயம் நான் பைத்தியமாகி விடுவேன்.

நீ தான் எனக்கு ஏதாவது வழி காட்டவேண்டும். நான் அங்கு வந்தால் கொஞ்சம் மனசுக்கு இதமாக இருக்கும் என நினைக்கிறேன். நீ கடிதம் எழுது. காத்துக் கொண்டிருப்பேன்.

என்றும் உன்
கந்தன்

மூன்றாவது கடிதம்

கண்டாச்சிபுரம்
26-04-2001

அன்புள்ள நண்பா,

கந்தன் எழுதுவது. ஏகப்பட்டப் பிரச்சினைகளில் அகப்பட்டுக் கொண்டு உழல்கிறேன். ஒரு பெண்துணை அவசியம் தேவைப்படுகிறது. துணை என்பதைவிட அண்மை என்று கூறலாம். என் அவநம்பிக்கைகள், துக்கங்கள் ஆகியவற்றிலிருந்து மீள காமம் ஒரு சிறந்த கருவியாக எனக்குப்படுகிறது.

அரிசிக் கடைக்காரனைப் பற்றி உனக்கு ஏற்கனவே சொல்லியிருக்கிறேன். இப்போது அவன் மனைவி ரூபத்தில் பிரச்சினை கிளம்பியுள்ளது. நான் தனியே இருப்பதை எப்படியோ அறிந்தவளாக தொலைபேசியில் தொடர்புகொள்ளும் அவள் கூச்சமில்லாமல் என்னை அவளுடன் உடலுறவிற்கு அழைக்கிறாள். கைதேர்ந்த சாகசக்காரியைப் போல அவள் வார்த்தைகளைப் பிரயோகிக்கிறாள். நான் எதிர்பாராத வேலைகளில் அவளின் தொலைபேசி என்னைத் தொந்தரவு செய்கிறது. இப்போதெல்லாம் அவளின் தொலைபேசி வராதா என ஏங்கியபடி இருக்கிறேன். அவள் வீட்டைக் கடக்கும் போது அவள் செய்யும் சேட்டைகள் ரசிக்கும்படி இருந்தாலும், அவளின் வயதுக்கு அது தேவையற்றது என்றும் உள்மனம் சொல்கிறது. மிக நுட்பமான அசைவுகளை சில வினாடிகளில் காட்டிப் பார்ப்பவரை கிறங்கடிப்பதில் தேர்ந்தவளாக இருக்கிறாள். குறைசொல்லாதபடி ஆடை உடுத்துகிறாள். தன் கணவன் எப்போது வெளியூர் போவான், எப்போது திரும்புவான் என்பது வரை அனைத்தையும் என்னிடம் கூறி என்னை உசுப்பேற்றுகிறாள்.

ஆனால், கணவனுடன் அவளைப் பார்க்கிற போதெல்லாம் எந்தச் சுவடுமற்று மிகத் தெளிந்த நீரோடை போல அவனுடன் அய்க்கியமாகி விடுகிறாள். அதைப் போன்ற இக்கட்டான தருணங்களில் கூட அவளின் கடைக்கண்கள் என்னை இருகூறாக கிழித்துவிட்டுச் செல்வதில் குறியாக இருக்கின்றன.

கடந்த சனிக்கிழமை எதோ ஒரு நினைப்பில் அவள் வீட்டிற்குச் சென்றேன். மதிய வெயில் உக்கிரமாகக் காய்ந்து கொண்டிருந்தது. அவள் கணவன் ஊரில் இல்லை என்பது அவள் மூலம் ஏற்கனவே தெரிந்திருந்தது. கதவு திறந்திருந்தது. உள்ளே மின்விசிறி சுழலும் சத்தம் வெகுவாகக் கேட்டது. மெதுவாகக் குரல் கொடுத்துக்கொண்டே வாசற்படியைக் கடந்து கூடத்திற்குச் சென்றேன். தயாராக இருந்தவளைப் போல என்னைக் கண்டதும், உவகையுடன் வரவேற்று உபசரித்தாள். அவளுக்கெதிரான இருக்கையில் என்னை அமரச் செய்தபடி என்னுடைய புத்தக வாசிப்பைப் பற்றிக் கேட்டாள். தானும் திருச்சி கல்லூரியில் படிக்கும்போது ஓஹென்றியில் இருந்து தொடங்கி அப்போது தீவிரமாக எழுத்தில் ஈடுபட்டிருந்த எழுத்தாளர்கள் வரை முறையாக வாசித்திருக்கிறேன் எனக்கூறி முதல் தூண்டிலை என்னை நோக்கி வீசினாள்.

தன் கஷ்டங்களைக் கூறிய அவள், "அதைப் பகிர்ந்து கொள்வதற்காகத்தான் உன்னைத் தொந்தரவு செய்கிறேன்" என்றாள்.

என் கணவன் என்னை உணர்ச்சிக்கும், சாப்பாட்டிற்கும் மட்டுமே பயன்படுத்திக்கொண்டு விட்டு, தன் வியாபாரமே குறியாக கிடக்கிறான்" என்று கூறியவள், திடீரென எழுந்து அருகில் வந்து என் தலையை வருடிவிட்டாள்.

மிக கவனமாக அவள், என் அம்மாவுக்கும், அவள் கணவனுக்குமான உறவை மூடி மறைக்கவிரும்புகிறாள் என்பது அவளின் பேச்சிலேயே எனக்குத் தெரிந்து விட்டது. நானும் காட்டிக் கொள்ளாதது போல இருந்துவிட்டேன். நேரம் மிக மெதுவாகக் கடந்து கொண்டிருந்தது. அவள் எழுந்து சென்று தெருக்கதவைச் சாத்தி விட்டு வந்தாள். அவ்வப்போது வறண்ட உதடுகளை தன் நாவால் ஈரப்படுத்திக் கொண்டபடி அவள் என்னைக் கிறக்கத்துடன் பார்த்தாள். தப்பித் தப்பி நழுவிய நான் அவளின் தூண்டிலில் அகப்பட்ட நொடியில் என்னுள் மின்சாரம் பாய்ந்தது. அவளும் தயாராகி என்னை நெருங்கி இருந்தாள். மிகுந்த ஆவேசத்தோடு அவளைக் கட்டித் தழுவினேன். அவள் தன்னைத்தோதாக, வெகுலாவகமாகப் பரிமாறினாள். "படுக்கை அறைக்குச் சென்று விடலாமா" என்று கேட்டபடியே என்னை அவள் அழைத்துச் சென்ற விதம் இப்போது நினைத்தாலும் எனக்குப் பிரமிப்பாக இருக்கிறது.

ஆடைகளைக் களைந்தபடி படுக்கையில் படர்ந்திருந்தாள். மிக அருகில் ஒரு பெண்ணை நிர்வாணத்துடன் பார்ப்பதென்பது மேன்மையான தவ ஈடுபாட்டிற்கு ஒப்பானதாகும், என்று யாரோ சொன்னது அப்போது கவனத்துக்கு வந்தது. ஆடைகளைக் களைந்து விட்டு நானும் அவளுடன் படுத்துக்கொண்டேன். மிகத் தேர்ந்த ஆசிரியரைப் போல அவள் என்னை வழிநடத்தினாள். மெல்லிய ஒலிகளை எழுப்பி என்னுள் அதிர்வை ஏற்படுத்தினாள். நான் மூச்சு வாங்கியபடிக் கிடந்தேன். குயவனைப் போல என்னைத் தட்டிக் கொட்டி உச்சநிலைக்குக் கொண்டுவந்தவுடன், தன் முலைகளை எனக்கு உண்ணக் கொடுத்தாள். என் கோபம், ஆற்றாமைகள், ஏமாற்றம். கவலைகள் தீர அவளது இருமுலைகளையும் மாறி மாறி உறிஞ்சினேன். பின், மெதுவாக அவளை என் வசத்திற்கு மாற்றிக் கொள்ளத் துவங்கி இயங்கினேன், வேகம் காட்டி அவள் ஈடுகொடுத்தபடி, எல்லைகளைக் கடக்கலாம் என்றாள். தடைகளைத் தாண்டி நாங்கள் பயணித்தோம். பரந்து விரிந்த பெரிய சமவெளியில் நாங்கள் மிதந்தோம். ஒரு கட்டத்துக்கு மேல் எங்களுக்குத் தடுப்புகள் பற்றிய சிந்தனை இல்லாமல் போனது. நான் உடைந்து, உருகி அவளுள் ஒன்றினேன். என் நெற்றியில் முத்தமிட்டபடி அவள் என்னை இறுகத் தழுவியபடி கிடந்தாள்.

வீட்டிற்குக் கிளம்பும் முன், பருக அவள் தண்ணீர் தந்தாள். என் உதட்டில் முத்தமிட்டபடி, "இத்தனை ஆண்டுகளில் இன்று தான் முதன் முதலாக இன்பத்தைத் துய்த்தேன்" என்று கூறியபடி மீண்டுமொருமுறை என்னை இறுக்கினாள். விடைபெற்று வீடு வந்து சேர்ந்தபோது மாலையாகி விட்டிருந்தது.

இதையெல்லாம் ஏன் உன்னிடம் கூறுகிறேன் என்று உனக்குப் புரியாதுதான். உன்னிடம் கூறக் காரணமிருக்கிறது. அவளைப் புணர்ந்த மறுநாள் காலை, அவள் தூக்குப் போட்டு இறந்துவிட்டதாக என் அம்மா என்னிடம் கூறியவுடன் எனக்கு சப்தநாடியும் அடங்கிவிட்டது. அவளின் கடைசி ஆசையை நான் தான் பூர்த்தி செய்து வைத்திருக்கிறேன் என்று நினைக்கும்போது குற்றவுணர்ச்சியே மேலிடுகிறது.

என்ன செய்வதென்று தெரியவில்லை. முன்னைக் காட்டிலும் அதிக சிக்கலுடன் வாழ்க்கை என்முன் விரிகிறது. அவசியம் எனக்குப் பதிலெழுது. எதிர்பார்த்தபடி இருப்பேன்.

இப்படிக்கு
கந்தன்

நான்காவது கடிதம்

கண்டாச்சிபுரம்
02-06-2001

அன்புள்ள விஜி,

கந்தன் எழுதுவது. எனக்கும், அவளுக்கமான உறவு அந்த அரிசிக் கடைக்காரனுக்குத் தெரிந்துவிட்டது. எப்படி என்றுதான் தெரியவில்லை. அவனை வஞ்சம் தீர்க்க அவள் இந்த விஷயத்தை துருப்புச் சீட்டாகப் பயன்படுத்திக் கொண்டாளா என்பதும் தெரியவில்லை. ஆனால், அவள் தற்கொலை செய்து கொண்டிருக்க மாட்டாள் என்று மட்டும் என்னால் உறுதியாகக் கூறமுடியும். அன்று இரவு ஏதோ பிரச்சினை ஏற்பட்டிருக்க வேண்டும். அந்தப் பிரச்சினை அவளின் மரணத்துக்குக் காரணமாக அமைந்திருக்கக் கூடும். அவள் கணவன் இப்போதெல்லாம் என்னை ஒரு மாதிரிப் பார்க்கிறான். போன வெள்ளியன்று கோயிலுக்குச் சென்று கொண்டிருந்த என்னைத் தடுத்து, "என் மனைவி உனக்கு

அம்மா போல டா” என்று கூறிவிட்டு வேகமாகச் சென்றுவிட்டான். அன்றிலிருந்து அவனை நான் பார்ப்பதைத் தவிர்த்து விட்டேன். இந்த விஷயம் என் அம்மாவுக்கும் தெரிந்திருக்கும் போல. என்ன செய்வதென்று புரியவில்லை. இதிலிருந்து தப்ப ஏதாவதொரு வழியிருந்தால் சொல்லேன். திருமணம் செய்து கொள்ளலாமா என்றும் யோசித்துக் கொண்டிருக்கிறேன். அதிகமாகக் குடிக்கத் தொடங்கி இருக்கிறேன். நெடிய இரவுகளில், தனிமையில் அமர்ந்தபடி மது அருந்தத் தொடங்கும் நான் விடிய விடிய உளறியபடியே மதுபுட்டியை காலி செய்து விடுகிறேன். எந்தத் தருணத்தில் இப்பழக்கம் என்னைத் தொற்றிக்கொண்டது என இன்னும் எனக்குப் புரியவில்லை. ஒரு முறை கள்ளக்குறிச்சி திருமணத்திற்குச் சென்ற போது அந்தோணியுடன் குடிக்கத் தொடங்கினேன் என்று மட்டும் தெரிகிறது. அதுவா என்னை இந்த அளவிற்குக் கொண்டுவந்துள்ளது என நினைக்கும் போது மலைப்பாக இருக்கிறது.

நீ தான் வழி சொல்ல வேண்டும். என் கோரிக்கைகள் உன்னை இன்னும் அடையாதது பற்றிய என் அய்யம் பெருகியபடியே உள்ளது. கடிதம் எழுது.

என்றும் உன்
கந்தன்

ஐந்தாவது கடிதம்

கண்டாச்சிபுரம்
28-06-2001

அன்புள்ள நண்பா,

இக்கடிதம் தான் நான் உனக்கு எழுதும் கடைசிக் கடிதமாக இருக்கும் என நினைக்கிறேன். எனக்கெதிராக சூழல் இங்கு தொடையைத் தட்டிக்கொண்டு நிற்கிறது. நான் பார்த்திருக்கும் போதே இங்கு எல்லாம் நடந்து முடிந்துவிட்டது. வீட்டில் ஏகப்பட்ட களேபரங்களுக்கிடையில் என் அம்மா, தான் அந்த அரிசிக் கடைக்காரனுடனேயே வாழப்போவதாக என் அப்பாவிடம் உறுதியாகக் கூறியதிலிருந்து, இனிமேல் அவள் வீடு தங்க மாட்டாள் எனத் தெளிவாகத் தெரிந்தது. என் அப்பா மிகவும் மௌனமானார். என் அம்மாவை எதிர்த்து ஒரு வார்த்தை பேசவில்லை. நீ

செய்வது தவறென்று சொல்லவில்லை. நீ உன் விருப்பப்படி நடக்கலாம், எனும்படி இருந்தது அவரது பார்வை. என் அம்மா, தன் பிள்ளைகளைக்கூட பொருட்டாக நினைக்காமல் அன்றே அந்த அரிசிக்கடைக்காரன் வீட்டிற்குச் சென்றுவிட்டாள். மறுநாளிலிருந்து அவளைத் தெருவில் எதேச்சையாகச் சந்திக்கும் போதெல்லாம் என்னுடல் கூனிக் குறுகியது. நான் அவமானத்தால் துவண்டு போனேன். அன்பை விட ஆசாபாசங்களா பெரிது எனும் கேள்வி என் மனதில் படர்ந்தது. அன்றிலிருந்து வெளியில் வருவதையே நான் தவிர்த்து விட்டேன். அவனுடன் செல்வதற்கு முந்தின நாள் இரவு வரை எனது அம்மா என்னுடன் ஏதுமறியாதவள் போலப் பேசிக்கொண்டும், அரட்டை அடித்துக்கொண்டும் இருந்தாள். அவள் சென்ற செய்தி எங்களுக்கு முன்பாக எல்லோருக்கும் தெரிந்துவிட்டிருந்தது. எனது நெருங்கிய நண்பர்களே கூடி "நல்ல குடும்பம்டா" என்று என் காதுபடவே பேசிக்கொள்ள ஆரம்பித்தனர். என் தந்தையின் முகத்தை என்னால் நிமிர்ந்து கூடப் பார்க்க இயலவில்லை. எவ்வளவு கஷ்டங்களைச் சுமந்துகொண்டு திரிகிறார் என்று நினைக்கும் போது வாழ்க்கை குறித்தான பல கேள்விகள் இருளில் அமிழ்ந்தன. அவருடன் பிறந்தோர்கள், "வாழத்தெரியாதவன்" என்று அவரை ஏசினர். ஊரார், "இவனுக்குத் தெரியாமலா இதுலாம் நடந்திருக்கும்" எனும் விதமாக பேசிக்கொண்டனர். எதையும் காதில் வாங்கிக் கொள்ளாதவராக அவர் நடமாடிக் கொண்டிருந்தார்.

என் தம்பி வருவதேயில்லை. அவனுக்கும் கஷ்டம் தானே. என்னால் இங்கு இருக்கவே முடியவில்லை. அதுவும், இவையெல்லாவற்றையும் பார்த்துக்கொண்டு நிச்சயம் என்னால் ரொம்ப நாள் உயிர் வாழ முடியாது. இப்போது எங்களுக்கு இருக்கும் ஒரே ஆதரவு என் ஆயா மட்டும்தான். கண்தெரியாத வயதில்கூட "நான் இருக்கேன்டா" என தைரியம் சொல்லிக் கொண்டிருக்கிறாள்.

கடைசியாக உன் கடிதத்தை எதிர்பார்க்கிறேன். உன் கடிதம் படிக்கப்படாமலே கூட போகலாம். எதற்கும் கவலை கொள்ளாதே. நான் உனக்கு ஆறுதல் சொல்வது வேடிக்கையாக உள்ளது. மனைவிக்கு என் வாழ்த்தைச் சொல்லவும்.

என்றும் உன்
கந்தன்

இருவரையும் தன்னெதிரே அமர வைத்தபடி மருத்துவர் "அந்தக் கடிதங்களைப் படித்துவிட்டேன்" எனக் கூறியபோது மணி பதினொன்றைத் தாண்டியிருந்தது. அவர் கடிதத்தைப் பார்ப்பதும், என்னை கவனிப்பதுமாக இருந்தார். மிதமான ஏசி குளிரில் நான் நெளிந்தபடி இருந்தபோது மருத்துவர் பேச ஆரம்பித்தார்: "உங்களுக்கு உடம்புல ஒன்னும் இல்லைங்க சார். நீங்க அடிப்படையில ஓர் எழுத்தாளர் என்பதால் மனதளவில் கொஞ்சம் பிரச்சினை இருக்கு. மருந்து மாத்திரைகள் மூலம் அதைச் சரிப்படுத்தி விடலாம். ஒன்றும் கவலைப்படவேண்டாம். உங்களை ஹிப்னாட்டைஸ் பண்ணிப் பாத்ததுல உங்க மனசுல சின்ன வயசுல ஏற்பட்ட பாதிப்புகள் அப்படியே பதிஞ்சு போய் கிடப்பது தெரிய வந்தது. அந்த பாதிப்புலதான் முதலில் நீங்களே பேசிக்கொள்வதும், பின்னர், அவர்தான், தான் எனும் மனநிலைக்கு வருவதும். அந்த நபர் மூலம் உங்களுடைய சோகங்களை பிறர்க்கு தெரிவிப்பதும் இந்நோயின் அறிகுறிகள். இதற்கெல்லாம் அடிப்படைக் காரணம் உங்கள் பிரச்சினைகளை யாரும் காது கொடுத்துக் கேட்கவில்லை என்பதுதான். கந்தன் எனும் நண்பர் உங்களுக்குக் கடிதம் எழுதவேயில்லை என்று நீங்கள் ஆழ்துயிலில் இருக்கும்போது கூறினீர்கள். உண்மையில் கந்தன் எனும் நபர் இல்லவே இல்லை என்பதை நீங்கள் உணர வேண்டும். கந்தன் என்பவர் ஒரு கற்பனையான பாத்திரம் தான் என்பதை உங்களை ஆழ்துயிலில் இருத்தி சோதித்ததன் மூலம் நான் தெரிந்துகொண்டேன். எனவே, படிப்படியாக அவரை மறக்க முயற்சி செய்யுங்கள். உங்கள் கவனத்தை வேறெதிலாவது ஒருமுகப்படுத்துங்கள். இவைகள் எல்லாமே மூளையில் ஏற்படும் ரசாயன மாற்றத்தின் கோளாறுகள்தான். மாத்திரைகளைத் தொடர்ந்து எடுத்துக்கொள்வதன் மூலம் அக்கோளாறைச் சமன்படுத்த இயலும். ஆரம்பத்தில் மாத்திரைகளை உண்ட பின் லேசான மயக்கம் வரும். எதையும் உற்றுநோக்க முடியாது. அதனாலெல்லாம் பயப்படத் தேவையில்லை. படிப்படியாக இயல்பு நிலைக்குத் திரும்பி விடுவீர்கள்."

மருத்துவர் பேசிவிட்டு, மேசைமேல் டம்ளரிலிருந்த நீரைப் பருகிவிட்டுத் தனது பிரிஸ்கிரிப்ஷன் தாளில் ஐந்தாறு வகை மாத்திரைகளை எழுதினார். பின்னர், என் மனைவியைப் பார்த்து, "நீங்கள்தான் அவருக்கு வேளாவேளைக்கு மாத்திரைகளை எடுத்துத் தரவேண்டும். அவர் கோபப்பட்டாலும் கூட நீங்கள் அவரிடம் அனுசரித்துச் செல்லுங்கள்" என்று கூறிவிட்டு,

"பதினைந்து நாள் கழித்து என்னை வந்து பாருங்கள். அதற்குள் ஏதாவது பிரச்சனை என்றால் எப்போது வேண்டுமானாலும் வரலாம்" என்று கூறினார்.

"தாங்ஸ் ஸார்" என்று இருவரும் மருத்துவரிடம் கூறிவிட்டு வெளியில் வந்தபோது ஒரு மணி சங்கு பிடித்தது. சூரியன் அவர்களின் தலைக்கு மேலாக தன் கதிர்களை பரவலாக்கிக் கொண்டிருந்தான்.

நாங்கள் மருத்துவமனைக்குச் சென்று வந்த ஐந்தாம் நாள் பெருங்காற்றோடு மழைபெய்யத் தொடங்கியது. வீதிகளில் வெள்ளம் கரைபுரண்டோடியது. நான் படுக்கை அறைக் கட்டிலில் கண்விழித்தபடி படுத்துக் கிடந்தேன். சன்னல் வழியாகச் சாரல் உள்ளேயும் வந்தது. கொஞ்சம், கொஞ்சமாக மழை வேகமெடுத்தது. சப்தமாக இடி இடித்தது. என் மனைவி "அர்ச்சுனா, அர்ச்சுனா" என முணுமுணுத்தபடியே சமையற்கட்டிற்கும், கூடத்திற்குமாக நடந்தபடி இருந்தாள். தோட்டத்தில் ஓங்கி வளர்ந்திருந்த முருங்கைமரம் மடாரென ஒடிந்து விழும் சப்தம் கேட்டது. "ஏய், டி.வி பின்னை புடுங்கிட்டீயா?" என்று அவளிடம் கேட்டேன். அவளும் அடுப்படியிலிருந்து "ம்" என சப்தமெழுப்பினாள்.

பத்து மணி இருக்கும்போது வீட்டு அழைப்பு மணி ஒலித்தது. என் மனைவி சென்று யாரென்று பார்த்தாள். பின் திரும்பி வந்து, "உங்கள் வயதையொத்த ஒருவர் வந்திருக்கிறார். உங்களைப் பார்க்க வேண்டுமாம்" என்றாள். "யார்? எங்கிருந்து வருகிறீர்கள்?" என்று கேள். "இப்போது யாரையும் சந்திக்கும் நிலையில் நான் இல்லை" என்று கூறிவிட்டு "பின்பொரு நாள் வரச்சொல்" என்றேன்.

குடிக்கத் தண்ணீர் தந்தபடி, "என்ன விஷயமாக அவரைப் பார்க்க வேண்டும்" என்றாள். "நான் சல்லிகை எனும் சிறுபத்திரிக்கை நடத்திக் கொண்டிருக்கிறேன். அதற்குக் கதை தருவதாகக் கூறி, நேரில் வந்தால் பெற்றுக் கொள்ளலாம், எனத் தெரிவித்திருந்தார். அதனால் தான் வந்தேன்" என்றார்.

"அவருக்கு உடம்புக்கு முடியவில்லை. மருந்து சாப்பிட்டுவிட்டு ஓய்வில் இருக்கிறார். நீங்கள் வேறொரு நாள் வாங்களேன்" என்றாள்.

வந்தவர் தலையாட்டியபடி படியிறங்கிச் செல்லும்போது அவள் கேட்டாள்: *"உங்கள் பெயர் என்ன? எங்கிருந்து வருகிறீர்கள்?"*

"கண்டாச்சிபுரத்திலிருந்து கந்தன் வந்து சென்றதாகக் கூறுங்கள் அவர் புரிந்து கொள்வார்" என்றபடி அவர் வீதியைப் பார்த்து நடக்கத் தொடங்கினார். அவரின் பெயரையும், ஊரையும் கேட்ட அவளுக்கு ஏதும் புரியவில்லை. அவள் பாதங்களுக்கு கீழே ஏதோ நழுவிச் செல்வது போல உணர்ந்த நிமிடம் கனவு அறுபட்டு எனக்கு திடீரென உறக்கம் கலைந்தது. எழுந்து மணி பார்த்தேன். அப்போது விடியகாலை ஐந்து மணியாகி விட்டிருந்தது. இன்னும் என் மனைவி ஆழ்ந்து தூங்கிக்கொண்டிருந்தாள். மேசைமீதிருந்த அக்கடிதங்கள் இன்னும் காற்றில் படபடத்தபடியே இருந்தன.

❋ ❋ ❋

நீர்க்குமிழ்

அதிகாலையில் எப்போதும் போல அவளுக்குத் தாகமெடுத்தது. விளக்கைப் போடாமல் சமையல்கட்டிற்குச் சென்று தண்ணீர் குடித்துத் திரும்பும்போது, தோட்டத்து அறையில் எதுவோ தொங்குவது போல இருந்தது. மெல்ல அருகில் சென்றவள் அதிர்ந்து போனாள். நாக்கு துருத்தி, தலை தொங்கிய நிலையில், இப்படியும், அப்படியுமாக மெல்ல ஆடியபடி இருந்தது அவரின் உடல். ஜன்னலுக்கு வெளியே, நீண்டு இருந்த கரிய பாறைகள் பார்ப்பதற்கு பயத்தை ஏற்படுத்தின. துல்லியமான கடிகாரச் சப்தம் மரணத்தின் சூழலை அதிகரித்தபடி இருந்தது. அவள் உடல் முழுக்க நடுக்கம் மெல்லப் பரவியது. உடலைத் தொட்டுப் பார்த்தாள். இளஞ்சூட்டோடு, கண்கள் வெளித்தள்ளி இருந்தன. நெருங்கியவர்களின் மரணங்கள் தொடர்ச்சியாக அவளது எண்ணத்தில் குமிழிட்டபடி மேல் எழுந்தன. ரத்தமும், சதையுமாக இருந்த தன் கணவன், உயிர்பிரிந்த நிலையில் தூக்கில் ஒரு கோழையைப் போலத் தொங்கிக் கொண்டிருப்பதற்கு யார் காரணம்? காமத்தை சரியான முறையில் அவனுக்குக் கடக்கத் தெரியாததும் ஒரு காரணமாக இருக்கலாம், என நினைத்துக் கொண்டாள். சட்டென அழமுடியாதபடிக்கு அவளது மனம் சமனிலையற்று வெறுமைபடர்ந்து கிடந்தது. கடந்த காலங்களை

நினைத்துக் கொண்டபடி, அப்படியே, பிரமைபிடித்தவளாக, அவன் எதிரில் அமர்ந்தாள்.

அவரும், ஜானகியும் மாட்டுக் கொட்டைகையினுள் படுத்துக் கிடந்த விதத்தைக் கண்ட இவளுக்கு, முன்பு ஒருநாள் தொப்பளான் அவர்களைப் பற்றிக் கூறியது நினைவுக்கு வந்தது. அன்று இரவு அவர்கள் வீட்டில் சண்டை வலுத்தது. அவரும் ஓரளவு முன்கூட்டியே யூகித்திருந்தார். தான் அவளை மாட்டுக் கொட்டகையில் சந்தித்தது தவறோ என யோசித்தவர், தனது மனைவியின் முகத்தைப் பார்த்தார். கோபத்தில் முகம் சிவந்து, உர்ரென இருந்தது. அந்த அறையின் இரு துருவங்களாக அவர்கள் நின்று கொண்டிருந்தனர். நாள் முழுக்கக் காய்ந்த வெயிலால் அறை மிகுந்த வெப்பத்துடன் இருந்தது. ஒப்புக்கு சுழன்றபடி இருந்தது மின்விசிறி. தெருவோரத்து ஜன்னலில் தெருவில் பலர் நடந்துபோய்க் கொண்டிருந்தனர். “மணி ஆவுதுல்ல. வந்து சாப்பாட்ட போடு” என்றார். இவள் அதைக் காதில் வாங்கிக்கொண்டதாகவே தெரியவில்லை. அவரும், அந்தப் பெண்ணும் மாட்டுக் கொட்டகையில் இருந்த விதமே இவளை அலைக்கழித்தபடி இருந்தது. மீண்டுமொரு முறை அழைத்தார். “அது ஒண்ணுதான் இப்ப கொற” என முனகலுடன் கூறியவள், “ஏன், அந்த வெளக்க அவிச்சவள கூட்டாந்து கொட்டிக்க வேண்டியது தானே” என அவரைப்பார்த்துக் கேட்டாள். அவருக்கும் கோபம் வரத்தான் செய்தது. என்ன செய்வது? இதுவே வேறொரு சந்தர்ப்பமாக இருந்திருந்தால் குண்டான்சட்டியெல்லாம் பறந்திருக்கும். கைகளைப் பிசைந்தபடி மெல்ல அமர்ந்தவர், “ஊரு உலகத்துல எவனும் பண்ணாததயா நான் செஞ்சிபுட்டன். வா, வந்து சாப்பாட்ட போடு” என்றார். அவரை எரித்துவிடுவதைப் போலப் பார்த்தவள், தன் முந்தானையை இழுத்து சொருகிக்கொண்டு கண்களின் ஓரத்தில் துளிர்த்த கண்ணீரைத் துடைத்துக் கொண்டாள். “அதான் சொல்றன் இல்ல, இனிமே இது மாதிரி நடக்காதுன்னு” என குரலையுயர்த்திக் கூறியதுதான் தாமதம், “சும்மா வாய மூடுங்க. தூங்கினு இருக்கிற பசங்க எழுந்துடப்போவுது. உங்க லட்சணத்த இப்பதானா பாக்கறன்? எட்டு வருஷமால்ல உங்ககிட்ட மாரடிச்சிக்குனு இருக்கன். இந்த ரெண்டுகளுக்காகப் பாக்கறன். இல்லனா, இந்நேரம் ஏதாவது குளம், குட்டையில இறங்கிட்டிருப்பேன். எல்லாம் எங்கப்பன சொல்லனும். பெரிய வாத்தியார் வேலை. எங்க தேடனாலும் கெடைக்காதவன் பாரு” என பொரிந்து தள்ளியவள், வேகவேகமாக மூச்சை இழுத்து

விட்டுக்கொண்டாள். தோட்டத்துத் தென்னை மரங்கள் காற்றில் சலசலத்தன. கொட்டகையில் மாடுகள் கத்திக் கொண்டிருந்தன.

அவரும் தன்பிடியை தளர்த்திக்கொள்ள விரும்பாதவராக "யார்கிட்ட பேசுறோம்னு தெரிஞ்சிதான் பேசறயா?" எனக் கேட்டார். அவள் அமைதியாக இருந்தாள். அவளின் நெடிய மௌனம் மேலும் அவருக்கு கோபத்தைத் தூண்டியது. ஆத்திரத்துடன் கேட்டார், "நீ மட்டும் யோக்கியமாடி?". "என் யோக்கியதய பத்தி பேசறதுக்கு உனக்கு அருகதை இல்லை" என அவரைப் பார்த்துக் கூறினாள். "யாருக்கு அருகத இல்ல, தேவிடியா நாயே" என கூவிக்கொண்டு, பாத்திரங்களை எட்டி உதைத்ததில் குழந்தைகள் அரண்டு எழுந்தன. அறை வசவுகளால் நிரம்பிக் கொண்டிருந்தது. அவர் எழுந்து ஜன்னல் கதவைச் சாத்தினார். "அதையேன் சாத்துற? போற, வரவங்க கேக்கட்டுமே" என்றாள். "கேட்டா எனக்கொன்னும் கொறஞ்சிடாது. உன் மானம்தான் சந்தி சிரிக்கும்" என்றார். சிறிது நேரம் வேடிக்கை பார்த்துவிட்டு குழந்தைகள் உறங்கிப்போனார்கள். ஆனால், அவர்களுக்குள் சண்டையின் உக்கிரம் கூடிக்கொண்டே இருந்தது. ஒரு கட்டத்தில் தன்னை மறந்தவராக அவளைப் பார்த்துக் கேட்டார்: "உங்க ஊர்ல நீ எவ எவங்கூடப் படுத்தியோ, எனக்காத் தெரியும்?" தன்னைப் பற்றிய சித்திரம் அவர் மனதில் எப்படிப் பதிந்துள்ளது என்பதை இந்தக் கேள்வி வெளிப்படுத்திவிட்டதாக அவள் உணர்ந்தாள். அலசி, ஆராய்ந்த பிறகு வீட்டார்கள் ஏற்பாடு செய்த திருமணம் தான். மீதம் வைக்காமல் அவன்மீது அன்பைப் பொழிந்தவள் தான். இந்த ஊருக்குக் குடிவந்த புதிதில் வீட்டிற்குப் பின்புறமுள்ள மலைகளைக் காட்டி "காத்து, மழையில அந்தப் பாறைங்க உருண்டு வந்தா என்ன பண்றது மாமா?" என வெள்ளந்தியாகக் கேட்டவள்தான். இப்போது விஸ்வரூபமெடுத்து நிற்கிறாள். அவளை இந்த நிலைக்குக் கொண்டுவந்த செயல்கள் என்னவாக இருக்குமென அவர் யோசிக்கும்போதே அதன் தொடர்ச்சியாக பல்வேறு சம்பவங்களை அசைபோட வேண்டியிருந்தது.

அப்போதெல்லாம் சினிமா பார்க்க அனந்தபுரம் தான் போக வேண்டும். சினிமா என்றால் அவளுக்குக் கொள்ளைப்பிரியம். பேருந்து வசதிகள் கிடையாது. ஏரி வழியாக நடந்தே செல்வதுதான் வழக்கம். அவர்களுடன் தென்னண்ட வீட்டு ஜானகியும் போவாள். வயதிற்கு வந்து நான்கைந்து ஆண்டுகள் ஆகிவிட்ட பெண். அந்தப் பெண் தன் கணவரிடம் இழைந்து,

இழைந்து பேசுவதையும், ஒரு மாதிரி பார்ப்பதையும், இவளால் தாங்கிக்கொள்ள முடியாதபடியிருந்த சில நேரங்களில் அவளை உடன் வைத்திருப்பது தவறோ என யோசிக்க வேண்டியிருந்தது. உதயகீதம் படம் பார்க்க மூவரும் சென்றார்கள். படம் பார்க்கையில் அவர் மனைவி விழுந்து, விழுந்து சிரித்தாள். அவரால் தாங்கிக்கொள்ள முடியவில்லை. திரும்பி வரும் வழியில் அவர் ஏதும் பேசாதது அவளை சங்கடப்படுத்தியது. வீட்டை அடைந்ததும் அவர் முகத்தில் எள்ளும், கொள்ளும் வெடித்தது, "சினிமா கொட்டாயில இன்னாடி தேவிடியாவாட்டம் சிரிக்குற?" என கோபத்துடன் அவள் கன்னத்தில் அறைந்தார். இருவருக்கும் இடையே விரிசல் ஏற்பட அந்த நிகழ்ச்சியே காரணமாகிப் போனது.

இரண்டாவது ஜானகியை பேட்டைக்கு அழைத்துச் சென்றது. ஜானகி நல்ல தாட்டியான பெண். வனப்பும், சுழிப்புமான உடம்பு. "சார், நீங்களும் வாங்க சார்" என அவள் அழைக்க, இவளும் பார்த்துக்கொண்டுதான் இருந்தாள். அவளின் அப்பா, "சார் போறப்ப நாம வேற எதுக்கு?" என்றார். அவளின் அம்மா, "சார் போனாதான் டுடோரியல்ல சேர்த்து விட்டுட்டு, வாத்தியார்கிட்ட சொல்லி விட்டுட்டு, வருவார்" எனக்கூற, அவர்கள் இருவரும் பேட்டைக்கு மலைப்பாதை வழியாக செல்லத் தீர்மானித்தனர். நீண்ட மலைப்பாதை. அண்மையில் பெய்த மழையின் காரணமாக சிறுசிறு செடிகள் பச்சை கட்டி இருந்தன. நொச்சியும், முட்டியும் பூத்துக் குலுங்கின. துரிஞ்சியும், வெப்பாலையும் இலைகளைத் துளிர்க்கத் தொடங்கியிருந்தன. அடர்த்தியான வெயில். சிறுசிறு குன்றுகளை ஏறிக் கடந்துவிட்டால், நிழல் படர்ந்த கணவாயை அடைந்து விடமுடியும். ஆள் நடமாட்டம் அவ்வளவாக இருக்காது. கொஞ்சம் வேகமாக நடந்தால் அரைமணியில் பேட்டையை அடைந்து விடலாம். அவளால் சுலபத்தில் கடக்கமுடியாத குன்றைக் கடக்க அவர் உதவி புரிந்தபோது ஓர் அணில் அவர்களை தாவிக்குதித்துக் கடந்து சென்றது. இருவரும் நடந்து கொண்டிருந்தபோது, "ஏன் சார் பேசாத வர?" என அவள் கேட்டும், அவர் மௌனமாகவே நடந்தார். கணவாயின் தொடக்கம் சிறிய குகையுடன் துவங்கியது. குகை, இருள் மண்டி இருந்தது. வௌவால்கள் சப்தமெழுப்பியபடி பறந்து கொண்டிருக்க, மலைப்பல்லிகளின் ஒலிகள் பயத்தை எழுப்பிக்கொண்டிருந்தன. சிறிய துவாரத்தின் வழியாக ஒளி உள்ளே ஊடுருவிக் கொண்டிருந்தாலும், குளிர்ச்சியாக இருந்தது.

மீண்டும் அவள்தான் பேச்சைத் தொடங்கினாள்: "ஏன் சார், உனக்கும், அக்காவுக்கும் அடிக்கடி சண்டை வருது?" "அதுலாம் உனக்கு தேவையில்லாத விஷயம், பேசாம இரு" என அவர் கூறிக்கொண்டே முன்னேறினார். வெளியில் ஒரு சில மாடுகள் தனியே மேய்ந்து கொண்டிருந்தன. "சீக்கிரமா நட எவனாவது பார்த்தான்னா இல்லாததும், பொல்லாததுமாகச் சொல்லுவான்" என அவசரப்படுத்தினார்.

"என்னத்த சார் சொல்லுவாங்க?" என இழுத்தாள்.

"ஒன்னும் தெரியாதவளாட்டம் பேசாத."

"தெரிஞ்சுங்கூட எதுவும் பண்ணமுடியல சார்" என சிரித்துக் கொண்டே கூறினாள்.

"உன்ன இப்படியே விட்டா சரிப்பட்டு வராது. உங்க அப்பாகிட்ட சொல்லி எவங்கிட்டயாவது புடிச்சி குடுத்துட வேண்டியதுதான்."

"நீங்க இருக்கறப்ப இன்னொருத்தன் எதுக்கு சார்?" என அவள் வெடுக்கென கீழே குனிந்தபடி கேட்டதும், சூழல்கள் மாறின. அவர் பாதங்கள் பூமியிலிருந்து மெல்ல நழுவின. வார்த்தைகள் குழறின. அவளின் பேச்சைத் தவறென நினைத்தாலும் அவரால் சொல்ல முடியவில்லை. அவளை ஆழ்ந்து நோக்கினார். அவள் கிறக்கத்தின் பிடியில் இருப்பதாகப்பட்டது.

"ஏன் சார் வாத்தியாரா இருந்துகினு புரிஞ்சிக்க மாட்றீங்க?"

"புரியாம இல்ல."

"பின்ன?"

"பின்னாடி வரத யோசிக்கனுமில்லையா?"

"நீங்க பின்னாடி யோசிக்கிறீங்க. நான் முன்னாடி எம்மாத்திரம் திட்டம் போட்டு உங்கள இட்டுகினு வந்திருக்கேன். டுடோரியல்ல சேர்றதுக்கு மட்டுமா உங்க கூடவறேன்?"

அவருக்குப் புரிந்துவிட்டது, எல்லாம் ஒரு திட்டத்துடனேயே நடக்கிறதென. இருவருக்குமான தூரம் குறைந்துகொண்டு வந்தது. அவள் அருகில் வந்து அவரின் கை பிடித்து, தன் உதட்டருகே கொண்டுவந்து, ஆழ முத்தமிட்டாள். மெல்ல உஷ்ணம் பரவி

சூடான மூச்சுக் காற்றுகள் குகைகளில் மோதிச் சிதறின. அடிக்கடி நிகழும் தகராறின் காரணமாக தடைபட்டுப்போன தாம்பத்திய சுகம் அவரை வாட்டி எடுத்தது. அனுபவித்தல் தானே சுகம். வெயில் மெல்ல ஊர்ந்து கொண்டிருந்தபோதே அவர்களிருவரும் தங்களது உடல்களை எல்லை கடந்த நிலையில் பரிமாறிக் கொண்டிருந்தனர். வேகவேகமான இயக்கங்களாலும், நெடிய மூச்சொலிகளாலும் அவளது சூன்யம் பிளவுபட்டது. இருவரும் கட்டுண்டு கிடந்தார்கள். சிறிது நேர ஓய்விற்குப் பிறகு ஆடையை உடுத்திக்கொள்ள கீழே குனிந்தபோது பால்கார வீட்டுத் தொப்புளான் பாறை இடுக்கில் படுத்தபடி பார்த்துக்கொண்டிருப்பதை அவரிடம் கூறி முடிப்பதற்குள், பாறைச்சந்திலிருந்து அந்தப் பையன் ஓட்டமெடுத்தான். அவன், அவரிடம் பத்தாம் வகுப்பு படிப்பவன். சுமாராகப் படிப்பான். விடுமுறை நாட்களில் மாடுமேய்க்க மலைக்கு வருவது வழக்கம். “போயும் போயும் அவனிடமா மாட்டிக்கொள்வது?” என அவள் சொன்னாள். “திருட்டு ராஸ்கல் இருக்கட்டும் அவன பார்க்கவேண்டிய இடத்துல பாத்துக்கிறேன்?” என முனகியவர், “வெளியில் ஏதும் சொல்ல மாட்டான். சொன்னால் அடிவிழும் என்பது அவனுக்குத் தெரியும். அதால, நீ ஒன்னும் பயப்படாத” என அவளுக்குத் தெம்பூட்டினார். “நீங்க இருக்கறப்ப எனக்கு என்ன கவல சார்” எனக் கூறிக்கொண்டே ஆடையைச் சரிசெய்து கொண்டாள்.

குழந்தைகள் ஆழ்ந்த உறக்கத்தில் இருந்தனர். விளக்கு மங்கலாக எரிந்து கொண்டிருந்தது. சுவரில் இருந்த பல்லி ஓங்கி சப்தமிட்டபோதுதான் அவர் இயல்பு நிலைக்குத் திரும்பினார். அவள் இன்னும் சாப்பாட்டை எடுத்து வைக்கவில்லை. ஊர் அடங்கி விட்டிருந்தது. அன்று அந்தப் பெண்ணை தான் பேட்டைக்கு அழைத்துச் சென்றபோது நடந்த சங்கதி தெரிந்திருந்தால் என்ன நடந்திருக்கும் என நினைத்தபோது அவருக்கு உடம்பு மெல்ல நடுங்கியது. கத்திரி வெயிலால் அறையில் அனல் காற்று வீச சேலைத் தலைப்பால் முகத்தை அடிக்கடி துடைத்தபடியிருந்தாள். தானே சாப்பிட்டுவிட்டு அவரும் உறங்கிப் போனார். அவளுக்கு உறக்கம் பிடிக்கவில்லை. மாட்டுக்கொட்டகையில் கண்ட காட்சியே மீண்டும், மீண்டும் கண்முன் வந்தது. தூங்கிக்கொண்டிருக்கும் தன் கணவனை உற்றுப் பார்த்தபடியே உறங்கியும் போனாள். இரண்டு, மூன்று நாட்கள் நீடித்தது அவர்களுக்கிடையில் இருந்த ஊடல். பின், மெல்ல பேசிக்கொள்ள ஆரம்பித்திருந்தார்கள். அன்றிலிருந்து,

ஜானகியும் அங்கு வருவதை நிறுத்தி இருந்தாள். ஜானகிதான் வருவதில்லையே தவிர, அவரது செயல்பாடு முற்றாக நின்று விடவில்லை என்பதையும் இவள் உணர்ந்தே இருந்தாள்.

கத்தரி வெயிலின் தாக்கம் குறைந்து, கோடை மழை கூடிப் பெய்த ஒரு நாளில் அவளிடம் கேட்டார்:

“ஏன் ஒரு மாதிரி இருக்க?”

அவரின் கேள்வியை சட்டை செய்யாதவளாக, சாப்பிடுவதற்கு தட்டை எடுத்து வைப்பதில் மும்முரமாக இருந்தாள். அனல்காற்று காரணமாக அறையில் மின்விசிறி மெதுவாக சுழன்றபடியிருந்தது. ஹேங்கரில் மாட்டப்பட்டிருந்த சட்டைகள் காற்றில் படபடத்தன.

“நா மாட்டுக்கினயா கேட்டுக்குனு இருக்கறன். பேசாம இருந்தா என்ன அர்த்தம்?” எனக் கேட்டவரிடம், “எம்மொகத்த பாக்க உங்களுக்கு அப்பிடியா இருக்குது?” எனத் திருப்பிக்கேட்டவள், தட்டை அவரின் அருகில் நகர்த்தி சாப்பாட்டைப் போட்டுவிட்டு, அருகில் அமர்ந்து கொண்டாள். சாதத்தைப் பிசைந்தவாறே, அரசல்புரசலாக ஊர் பேசுவது உண்மையாக இருந்துவிட்டால் தாம் எவ்வாறு நடந்துகொள்ள வேண்டும் என்ற சிந்தனையும் அவர் மனதில் மின்னி மறைந்தது. அவள் கண்களை உற்றுப் பார்த்தார். தவறு செய்பவர்களின் கண்கள் உண்மையைப் பேசுபவை என்பது அவரது எண்ணம். ஆனால், அவளது கண்கள் எதையும் வெளிக்காட்டாதவைகளாக, மிகவும் சாந்தமாக இருந்தன. குளத்தில் கல்லெறிந்தாகி விட்டது, எழும்பி வரும் அலைகளை உற்றுக் கவனித்தபடி இருந்தாலே போதுமென்ற மனநிலைக்கு வந்துவிட்டிருந்தார். “சாப்பிடுங்க” என அவள் கூறியதும், சாதத்தைப் பிசைந்து உண்ணத் துவங்கினார். தெருத்திண்ணையில் பக்கத்து வீட்டுக்காரர்கள் அமர்ந்து பேசிக்கொண்டிருந்தனர். “எங்க, பசங்கள காணம்?” என அவர் கேட்க, “தெருவுல வெளையாடிகினு இருக்கும்” என கூறிவிட்டு குத்தங்காலிட்டு உட்கார்ந்து கொண்டாள். அதற்கு மேல் அவர்களுக்குப் பேச ஏதும் இல்லை. வார்த்தைகளை அளந்து பேசும் பக்குவத்தை ரொம்ப நாட்களுக்கு முன்பே இருவரும் அடைந்துவிட்டிருந்தனர். சிறிது நேரத்திற்குப் பிறகு, முழங்கால் வரை மண் படிந்த நிலையில் உள்ளே வேகமாக நுழைந்தவர்களை, “போய் கை கால கழுவிவிட்டு வாங்கடா” என்றதற்கு, அவர்கள் சிணுங்கியவாறே தோட்டத்திற்குச் சென்று

அரையும், குறையுமாக கை கால்களை கழுவிக்கொண்டு வந்தபோது, தனித்தனி தட்டுகளில் சாப்பாடு தயார் நிலையில் இருந்தது. பாதி சாப்பாட்டில் அவர்கள் உறக்கத்தின் பிடியில் சிக்குண்டனர். அவள் அதட்டிப் பார்த்தாள். சாதம் மேலும், கீழும் சிந்தியதுதான் மிச்சம். அவர்களது கைகளைக் கழுவிவிட்டு, பாயை விரித்துப் படுக்கவைத்தபோது, அவரும் படுத்து விட்டிருந்தார். சமையல் கட்டிற்குச் சென்று அனைத்து வேலைகளையும் முடித்துவிட்டுத் திரும்பி, தனது பிள்ளைகளின் அருகில் வந்து படுத்துக்கொண்டவள், கண்களை மூடி, தூங்க எத்தனித்தாள்.

அநேக இரவுகளில், தூங்கிக் கொண்டிருக்கும் தன் மனைவியின் முகத்தை அவ்வப்போது பார்த்தபடியிருக்கும் அவரால் நிச்சலனமாக இருக்கும் முகத்தில் எதையும் கண்டுபிடிக்க இயலாது. தனக்கு துரோகமிழைக்கக் கூடியவளாக நிச்சயம் இருக்கமாட்டாள் என நினைத்துக் கொண்டவராக, புரண்டுபடுப்பார். ஒருவேளை அவளின் வயதும், வனப்பும் துணை தேடினால் என்ன செய்வது என்ற ஐயமும் அவரது சிந்தனையில் தோன்றி மறைந்தபடியிருக்கும். தன் மீதுள்ள கோபத்தால்தான் அவள் திட்டமிட்டு இவ்வாறெல்லாம் செய்கிறாளோ என்றும் யோசிக்கத் தோன்றியது. என்ன இருந்தாலும் தன் கணவனுக்கெதிராக ஒரு மனைவியால் அவளது அந்தரங்கத்தைப் பணயமாக வைக்கமுடியாதென அடிக்கடி தன்னை அவர் சமாதானம் செய்துகொள்ளத் தொடங்கியிருந்தார். தன்னைப் பற்றிய கேள்விகளுக்கு, பதிலோ, மறுப்போ சொல்லாமல் மௌனமாக இருக்க அவளும் பழகியிருந்தாள். "மௌனம் சம்மதமா?" என ஒருமுறை அவர் கேட்டதற்கு, "ஆமாம்னு தலையாட்டினா என்ன பண்ணுவீங்க?" என்றாள். அதன்பின், அவளிடம் எதுவும் கேட்பதில்லை. தூங்கியெழுந்திருப்பது, பிள்ளைகளைப் பராமரிப்பது, மூன்று வேளையும் சமைப்பது, உறங்குவதென அவளின் பொழுது சுருங்கி விட்டிருந்தது. வீட்டில் சூழ்ந்திருக்கும் வெறுமையைப் பகிர்ந்துகொண்டபடி அவரும் வாழப் பழகியிருந்தார். பிள்ளைகள் எதன்பொருட்டும் தங்களது இயல்பை இழக்கத் தயாராகயில்லை.

"வாத்தியார் வூட்டம்மா அந்த தொப்பளான வச்சிகினு கீதாமே" என அவர் காதுபடவே மக்கள் பேசிக்கொள்ள ஆரம்பித்திருந்தனர். அவரால் அதைப் பொருட்படுத்தாமலும்

இருக்கமுடியவில்லை. "என் மனைவி அப்படிப்பட்டவள் அல்ல" என்று சொல்ல வேண்டுமெனவும் நினைத்தார். எங்கப்பன் குதிருக்குள் இல்லை என்ற விதமாகப் புரிந்து கொண்டால் என்னாவது, என்று மௌனமாக இருந்தார். மெல்ல வெயிலின் தாக்கம் குறைந்துகொண்டு வந்தது. பகல் நேரங்களில் பேசிக்கொண்டிருக்க டீ கடைகள் இப்போது உகந்ததாக இல்லை என உணரத் தொடங்கியவர், அடிக்கடி வீட்டிற்கு வரும் தொப்பளானை நுட்பமாக ஆராய்ந்தார். அவன் எப்போதும் போல அவரிடம் பேசிவிட்டுச் சென்றபடி இருந்தான். அவனை மிரட்டிக் கேட்கவும் முடியாத நிலை. அதிகமாக மிரட்டி, அதன் காரணமாக அவன் எல்லாவற்றையும் சொல்லி, மீண்டும் ஒரு ரணகளம் ஏற்படுவதையும் அவர் விரும்பவில்லை. ஆனாலும், அவனுக்கும், அவருக்கும் அடையாளப்படுத்த முடியாத வகையில் வன்மம் துளிர் விட்டபடியே இருந்தது.

கார்த்திகை மாதம் ஆத்திலியம்மன் கோயில் திருவிழா தொடங்கியபோது அவர்களிருவருக்குமிடையில் எவ்வித பேச்சு வார்த்தைகளும் இருக்கவில்லை. அவர்கள் வீட்டில் பொங்கலிட அனைவரும் செல்வதுதான் வழக்கம். ஆனால், இந்தமுறை பிள்ளைகளை மட்டும் அழைத்துக்கொண்டு பொங்கலிடச் சென்றது அவருக்கு ஏமாற்றமாக இருந்த அதேநேரம் ஆத்திரமாகவும் இருந்தது. அவளை அடித்து நொறுக்கினால் என்ன, என்று நினைத்தபடி விசுப்பலகையில் அமர்ந்தார். திருவிழாவை முன்னிட்டு இரண்டு நாட்கள் நாடகம் நடத்துவதாக ஏற்பாடாகியிருந்தது. சனிமூலையில் மேகம் திரண்டு, மழைவரும் போல வானம் போக்குகாட்டியது. மந்தைவெளியில் ஊரே கூடியிருக்க, பிள்ளைகளுடன் அவளும் வருவதை வாத்தியார் தூரத்தில் அமர்ந்தபடி பார்த்துக் கொண்டிருந்தார். வடக்கத்தி ஆட்டக்காரர்கள். கட்டியக்காரன் வந்து நாடகத்தின் பெயரைக் கூறிவிட்டு, மூன்றாந்தர நகைச்சுவைத் துணுக்குகளையும், விரசம் பீறிடும் அங்க அசைவுகளையும் நிகழ்த்திவிட்டுச் சென்றதும், பெண் வேஷம் வந்தது. அதைத் தொடர்ந்து சூரவேஷமென நகர்ந்து கொண்டிருந்தது நாடகம். பிள்ளைகள் ரசித்துக் கைதட்டியபடியே தூங்கி விட்டிருந்தனர். தனக்கும் தூக்கம் வருவதை உணர்ந்தவள், அவர்களை எழுப்பி, உட்கார்ந்திருந்த சாக்கை உதறி மடித்துக்கொண்டு வீட்டிற்குப் புறப்பட்டதை அவர் பார்த்துக் கொண்டுதானிருந்தார். மேடைக்கு நாரதர் வந்ததும் ஆட்டம் களை கட்டியது. எங்கிருந்தோ சுக்குக் காபி

விற்பவனின் குரல் சீரான கதியில் வந்து கொண்டிருக்க, கையை உயர்த்தி கடிகாரத்தைப் பார்த்தார். மணி ஒன்றாகி விட்டிருந்தது. தூக்கக் கலக்கத்தில் கண்கள் பிசுபிசுத்தன. வீட்டிற்குச் சென்று விடலாம் என எண்ணி நடந்தவரை “இன்னா சார், அதுக்குள்ள கிளம்பிட்ட” என பின்னாலிருந்து வந்த குரல் நிறுத்தியது. அவர் திரும்பி “தூக்கம் வர்ற மாதிரி இருக்கு” எனக் கூறி நடக்கத் தொடங்கினார்.

கும்மிருட்டில் தெரு பாம்பு போல நீண்டு கிடந்தது. தெரு விளக்குகள் விட்டு, விட்டு எரிந்து கொண்டிருந்தன. யாரும் தெருவில் படுத்துக் கொண்டிருக்கவில்லை. வீட்டை நெருங்குகையில், ஓங்கிக் குரைத்த சட்டாம்பிள்ளை வீட்டு நாய், அருகில் சென்றதும் வாலையாட்டியபடி குழைந்து நின்றது. தெருத்திண்ணை வெறுமையாகக் கிடந்தது. வாசற்கதவை அடைந்ததும், உள்ளே இருவர் பேசிக் கொண்டிருப்பது மிகத் துல்லியமாகக் கேட்டவுடன் அவருக்கு சட்டென தூக்கம் பிரிந்துவிட்டது. யார் குரலென அறிந்துகொள்ளும் பொருட்டு காதுகளை நன்றாகக் கதவருகே கொண்டு சென்றவர், உள்ளிருப்பது தொப்புளான்தான் என சுலபத்தில் அறிந்துகொண்ட நொடியில், அவரது உடல் மெல்ல நடுங்க ஆரம்பித்தது. எங்கிருந்தோ இரு நாய்கள் ஊளையிட்டபடி ஓடிக்கொண்டிருந்தபோது அவர் கதவைத் தட்டினார். அலங்கோலமாக எழுந்துவந்து கதவைத் திறந்தவள் அப்படியே செய்வதறியாமல் திகைத்து நின்றாள். உள்ளே நுழைந்தவர், தோட்டக் கதவு திறந்திருப்பது கண்டு, அங்கு சென்று பார்த்தார். சந்து பக்கமாக இருட்டில் யாரோ ஓடுவதுபோல இருந்தது. அவளும் தோட்டக்கதவருகே வந்து நின்றுகொண்டு, அவரைப் பார்த்தபடியிருந்தாள். அவரின் பதட்டத்தைக் கண்டுணர்ந்தவளாக, இனி என்ன நடக்கப்போகிறதோ என்ற பயத்தில் முகம் வெளிறிக் காணப்பட்டாள். தோட்டத்திலிருந்து மெல்ல அறைக்கு வந்தவர், தம் குழந்தைகளைப் பார்த்தார். அவர்கள் ஆழ்ந்த உறக்கத்தில் இருந்தனர். அறையை பார்வையால் துழாவியபடி கட்டிலுக்குச் சென்று படுத்துக்கொண்டார்.

அவர் தன்னை ஏதாவது கேட்கக் கூடுமென நினைத்துக் கொண்டிருந்தாள். ஆனால், அவளிடம் ஏதும் அவர் கேட்கவில்லை. தன் மனைவியுடன் அந்தப் பையன் இருந்த காட்சி மனதை விட்டு நீங்காது அவரை அலைக்கழித்தபடி

இருந்தது. கட்டிலில் ஒருக்களித்துப் படுத்தபடி அவளைப் பார்த்தார். அவளின் பார்வை கூர்மையான கத்தியைப் போன்று தன் நெஞ்சில் இறங்குவதாக உணர்ந்தவர் மீண்டும் விட்டத்தைப் பார்த்தபடி படுத்துக்கொண்டார். சிறிது நேர இடைவெளிக்குப் பிறகு அவளும் பிள்ளைகளுடன் படுத்துக்கொண்டாள். அவளின் மெல்லிய குறட்டை ஒலி அறையில் நாராசமாய் எதிரொலித்தது. நாடகக் கொட்டகையில் யாரோ அடிக்குரலில், "வந்தானே... எம... ராஜன்... வந்தானே" என இழுத்து, இழுத்து பாடிக் கொண்டிருப்பது நன்றாகக் கேட்டது. நேரம் மெதுவாக நகர்ந்து கொண்டிருக்க, மங்கலான வெளிச்சத்தில் அறை அமானுஷ்யமாகக் காட்சியளித்தது. தன்னை வீழ்த்தவே திட்டமிட்டு அவள் இப்படிச் செய்திருக்கிறாள் என நினைத்தவர், மெல்லப் புரண்டு படுத்தார். தான் தோற்கடிக்கப்பட்டு விட்டோம் என அவர் யோசித்துக் கொண்டிருக்கும்போது சுவரில் இருந்த பல்லி ஒரு முறை கத்திவிட்டு அடங்கியது.

விடிவதற்கு இன்னும் கொஞ்ச நேரமே இருந்தது. குப்பைமேட்டில் இருந்து சேவல் கூவும் சத்தத்தைக் கேட்டவளாக, அழுது வீங்கிய கண்களைத் துடைத்துக்கொண்டு, தன் குழந்தைகளைப் பார்த்தாள். அவர்கள் எந்த சுவடுமற்று ஆழ்ந்த உறக்கத்தில் இருந்தனர். இன்னும் அவரின் உடல் கயிற்றில் அப்படியும், இப்படியுமாக ஆடிக்கொண்டிருந்தது. அழுது ஓய்ந்த கண்களைத் துடைத்தபடி எழுந்து தெருவிற்கு வந்தாள். தனது கணவன் இறந்துவிட்ட செய்தியை சொல்வதற்கு, எதிர்வீட்டுக் கதவைத் தட்டத் தொடங்கினாள்.

* * *

பயாப்ஸி

கண்ணுக்கு எட்டிய தூரம், மெலிந்து நீண்டிருந்த தார்ச்சாலையில் பேருந்து ஒரே சீராக ஓடிக்கொண்டிருந்தது. ஜன்னலோர இருக்கை. என்னால் குளிரைத் தாங்க முடியவில்லை. சூட்கேசைத் திறந்து மப்ளரை எடுத்துக் கட்டிக்கொண்டேன். பயணிகள் அனைவரும் ஆழ்ந்த உறக்கத்தில் இருந்தனர். எனக்கு உறக்கம் வரவில்லை. ஆபத்தான கட்டத்திலிருக்கும் என் நண்பன் எழுதிய கடிதம் என்னைக் கலவரப்படுத்திக் கொண்டிருந்தது. சில நாட்களுக்கு முன்பு எங்களுடன் கல்லூரியில் படித்த பிரியா, தனது விருப்பத்திற்குமாறாக செய்யப்படும் திருமண ஏற்பாடுகள் குறித்து பேசும்போது, வேலாயுதனை மறுபடியும் ஆஸ்பிட்டல்ல சேர்த்திருக்காங்கலாமே என்றும் என்னிடம் கேட்டாள். அப்போது அவள் குரலில் தொனித்த பயத்தை நான் வழக்கமான ஒன்றாகவே எண்ணிக்கொண்டேன். ஆனால் அவன் கைப்பட எழுதிய கடிதத்தைப் பார்த்த பின்பே விபரீதம் உறைத்தது. இயல்பிலேயே நான் பதற்றமானவன். இதுபோன்ற இக்கட்டான தருணங்களில் என் பதற்றத்தின் அளவு கூடி, என்னைத் தூங்கவிடாமல் செய்துவிடுவது வழக்கம். குற்றவுணர்வால் துடித்தேன். அவன் உயிருக்குப் போராடிக் கொண்டிருப்பதற்கு நானும் ஒரு வகையில் காரணமாகியிருந்தேன். பேருந்து திண்டிவனத்தை தாண்டிக்கொண்டிருந்தது. நான் குளிர்காற்றைத்

தடுக்க ஜன்னலின் கண்ணாடியை முழுவதுமாக இழுத்துவிட்டுக் கொண்டேன். மீண்டும் மீண்டும் அந்தக் கடிதம் என்னை அலைக்கழித்தபடியே இருந்தபோது தூக்கம் என்னை மெல்லத் தழுவுவதை உணரமுடிந்தது.

“வேலாயுதம் எழுதுவது நலம். நலமறிய அவா. வீட்டில் உள்ளவர்கள் எப்படி இருக்கிறார்கள்? அம்மாவுக்குக் கண் ஆப்ரேஷன் செய்தாகி விட்டதா? அப்பா இன்னும் குடித்துக்கொண்டு தான் இருக்கிறாரா? சமீபத்தில் பிரியாவுடன் பேசினாயா? எப்படி இருக்கிறாள், என்னைப் பற்றி ஏதாவது விசாரித்தாளா? கடைசியாக அந்தோனி திருமணத்தில் பார்த்ததோடு சரி. அவளுக்கு திருமணம் ஏற்பாடாகிக் கொண்டிருக்கிறது என்று கோபால் மூலம் கேள்விப்பட்டேன். உண்மையா? நிச்சயம் உனக்குத் தெரியாமல் இருக்காது என்று என் மனதிற்குப்படுகிறது. எப்போதும்போல அவளின் சிரிப்பிற்கான அர்த்தம் புரிந்துகொள்ள முடியாமல்தான் இருந்தது.

என் உடல்நிலையில் எந்த முன்னேற்றமும் இல்லை. அளவுக்கதிகமான வீரியமிக்க மாத்திரைகளை உட்கொண்டதால் எனது இரு சிறுநீரகங்களும் முற்றிலும் செயலிழந்து விட்டதாக மருத்துவர்கள் கூறி விட்டனர். அவசியம் சிறுநீரக மாற்று அறுவை சிகிச்சை செய்யவேண்டிய நிலை உருவாகிவிட்டது. கிட்டத்தட்ட இரண்டரை லட்சம் செலவாகலாம் எனக் கூறிவிட்டனர். அந்தளவு தொகைக்கு நான் எங்கு போவேன்? இருக்கிற கொஞ்ச நிலத்தையும் விற்றுவிடலாம் என்று அப்பா சொல்லிவிட்டார். ஆயா வீட்டில், அம்மாவிற்குப் போட்ட நகைகளையும் ஏற்கனவே விற்றுத் தீர்த்தாயிற்று. இனி போய்ச் சேர வேண்டியது மட்டுமே. கடைசியாக என்னை வந்து ஒருப் முறை பார்த்துவிட்டுப் போடா.”

அப்போது என்னை யாரோ தட்டி எழுப்புவதை உணர்ந்து கண் விழித்துப் பார்த்தேன். எல்லோரும் தூங்கிக் கொண்டிருந்தனர். நான் பின்னால் திரும்பிப் பார்த்தபோது என்னுடைய இருக்கைக்குப் பின்னால் அமர்ந்திருந்தவர் என்னிடம் கேட்டார். “எல்லாரும் தூங்கறாங்க, நீங்க யார்கூட சார் பேசிட்டு வர்றீங்க?” அவர் கேட்டுக்கொண்டு இருக்கும்போதே கடிதத்தின் வரிகள் மறுபடியும் என் மனத்திரையில் புரளத் தொடங்கின. கடிதத்தின் வரிகள் என்னைக் கலவரப்படுத்திக் கொண்டிருந்தது. உண்மையில் அவனுடைய சிறுநீரகங்கள் பழுதானதற்கு நான் தான் பொறுப்பேற்றுக் கொள்ளவேண்டும். அவனை நினைக்கும் போதெல்லாம் என் உடல் நடுங்கத் தொடங்குவதை தெளிவாக

உணர முடிந்தது. குளிர் தாங்கிக்கொள்ள முடியாதபடி இருந்தது. மப்ளரை இறுக்கிக் கட்டிக்கொண்டு கைகளைக் கட்டிக்கொண்டு கண்களை மூடி இருக்கையின் ஓரத்தில் சாய்ந்து கொண்டேன்.

சிறிது நேரத்திற்குள்ளாக, பெருஞ்சத்தத்தோடு பேருந்து குலுங்கி நின்றது. ஓட்டுனர் கீழே இறங்கிக் கொண்டிருந்தார். "டயர் பஞ்சராம்" என்று பயணிகளில் ஒருவர் அலுத்துக்கொள்வதை கேட்க முடிந்தது. நான் என் அருகில் அமர்ந்திருந்தவரைப் பார்த்தேன். அவர் ஆழ்ந்த உறக்கத்தில் இருந்தார். இதுவரை யாரிடம் பேசிக்கொண்டு வந்தோம் என்பதை என்னால் முழுவதுமாக உணரமுடியவில்லை. எல்லாம் கனவுதானா என்ற எண்ணமும் தோன்றியது. கனவில் கடிதத்தின் வரிகள் கூடவா மிதந்து வரும் என்றும் யோசித்துக் கொண்டேன். அவன் பிரியாவின் அன்பை சட்டென தூக்கியெரியாமல் இருந்திருக்கலாம் என்ற எண்ணமும் தோன்றி மறைந்தது. அப்போது ஓட்டுனர் பேருந்து கிளம்ப கொஞ்ச நேரம் ஆகும் எனத் தெரிவித்தார். எல்லோரும் கீழேயிறங்கினோம். நான் கொஞ்சம் காலாற நடக்கத் தொடங்கினேன்.

என்னைப்போலவே நடப்பதில் அவனுக்கும் அதிக விருப்பம். உண்மையில் அவனால்தான் இன்று வரை நான் நடைப்பயிற்சியை விடாமல் மேற்கொள்கிறேன் என்று நினைக்கத் தோன்றுகிறது. அந்தளவிற்கு என்னை அவன் தயார்படுத்தியிருந்தான். கல்லூரிக் காலங்களில் அதிகாலையிலேயே எழுந்து விடும் அவன் நேரே என் அறைக்கு வருவான். பின் இருவரும் விளையாட்டு மைதானத்துக்குச் செல்வோம். நடந்து செல்லும்போது அவனால் பேசாமல் இருக்கமுடியாது.

"என்னங்க இளங்கோ, கம்முனு வரீங்க?"

"குளிர் தாங்க முடியல வேலா."

"இன்னாங்க இதுக்கே இப்படின்னா, பின்னாடி எப்படித் தாங்கப் போறீங்களோ."

"அதலாம் பாத்துக்கலாம்."

"எப்படி பாத்துக்குவீங்க, இப்பவே தேத்தனாதானே."

"அதுக்குனு இந்தக் குளிர்லயா எழுந்து ஓடி வரனும்?"

“இப்பவே உடம்ப கட்டுமஸ்தா வச்சிகினாதான, பின்னாடி சுகரு அது, இதுன்னு எந்த பிரச்சினையுமில்லாமல் இருக்கலாம்.”

அந்தக் குளிரில் என்னால் வாயைத் திறக்கமுடியாமலிருந்த போது கூட அவன் பேச்சை நிறுத்தியது கிடையாது.

“சார் வண்டில ஏறுங்க” என ஓட்டுனர் அழைத்தபோது தான் வெகுதூரம் நடந்து வந்துவிட்டதை உணர முடிந்தது. திரும்பி வேக வேகமாக நடந்து பேருந்தில் ஏறினேன்.

நான் மருத்துவமனையை அடையும்போது விடிந்திருக்கவில்லை. அது ஒரு மருத்துவக்கல்லூரி மருத்துவமனையாக இருந்தது. யாரைப் பார்த்தாலும் நோயாளியைப் போன்று தோன்றினர். நோயாளிகளின் உலகத்தில் தான் எத்தனைவிதமான மனிதர்கள். நாம் மருத்துவமனைக்குள் பிரவேசிக்கத் தொடங்கியதுமே நோயாளியாக மாறத்தொடங்கி விடுவதன் விசித்திரம்தான் இன்னும் புரியவில்லை. நோய்மையின் வாசனை எளிதில் உணர்ந்துகொள்ளக் கூடியதாக இருப்பதும் காரணமாக இருக்கலாம். அவசரசிகிச்சைப் பிரிவு நோக்கி நான் பதற்றத்துடன் நடந்தேன். பனிப்பொழிவு அதிகமாகவே இருந்தது. புட்களின் நுனிகளில் நீர்த் திவலைகள் பூத்திருந்தன. மகோன்னதமான இயற்கையின் இரு கரங்களில் ஒன்றில் நல்லதையும், மற்றொன்றில் தீயதையும் காண்பதாக இருந்தது, பனித்துளியின் அழகு. அவசர சிகிச்சைப் பிரிவு வளாகம் பரந்து விரிந்திருந்தது. நோயாளிகளை சக்கர நாற்காலியில் வைத்து சிலர் தள்ளிச் சென்றனர். மருத்துவர்கள் உள்ளே போவதும், வருவதுமாக இருந்தபோது ஒரு மூதாட்டி “என்ன விட்டுட்டு போயிட்டியே” என நெஞ்சில் அடித்துக்கொண்டு கீழே விழுந்து புரண்டாள். மருத்துவமனை ஊழியர்கள் வெகு நிதானமாக, எவ்வித பதற்றமும் இல்லாமல் அம்மூதாட்டியை அப்புறப்படுத்தினர். அக்காட்சியைக் கண்டதும் என் உடல் மெல்ல நடுங்கத் தொடங்கியது. எல்லா அழுகுரலும் என்னைப் பீதியடையச் செய்வதாகவேயிருந்தது. கொஞ்சம் ஆசுவாசப்படுத்திக்கொண்டு விசாரித்தபடி நண்பன் இருக்கும் வார்டை அடைந்தேன். தூர இருந்தே கண்களால் துழாவினேன். நான்காவது கட்டிலில் கிடத்தப்பட்டிருந்தவன், மிகவும் மெலிந்து காணப்பட்டான். கஷ்டப்பட்டு என்னைத் தேற்றிக்கொண்டு அவன் அருகில் சென்றேன். அவனது உடல் முழுக்க சிறுசிறு குழாய்கள் பரவிக் கிடந்தன. வாயிலும் மூக்கிலுமாக சில

குழாய்கள் செருகப்பட்டிருந்தன. அவனது இதயத்துடிப்பை அறிந்துகொள்ள உதவும் கருவியும் அவனது தலைமாட்டில் பொருத்தப்பட்டிருந்தது. வயிறு உள்ளொடுங்கிக் காணப்பட்டது. நெஞ்சுக் கூடு மேலும், கீழும் ஏறியிறங்கியபடி இருந்தது. இரு கண்களிருந்த இடத்தில் இரு பெரிய குழிகள் தோன்றியிருந்தன. என்னைப் பார்த்ததும் அவனது பாவைகள் மெல்ல அசைந்தன. விழிகளில் நீர் கோர்த்துக் கொண்டது. அவனது கைகளைப் பற்றிக்கொண்டு மெல்லிய குரலில் கூறினேன்.

“எல்லாம் என்னால தாண்டா.”

அவன் “இல்லை” என்பது போலத் தலையாட்டி விட்டு, அவன் பக்கத்தில் அமரச் சொன்னான். அவன் சிரமப்படுவதை என்னால் சகித்துக்கொள்ள முடியவில்லை. மூச்சை இழுத்து விடும்போது அவன் அடையும் துன்பத்தைப் பீதியுடன் பார்த்துக்கொண்டிருந்த போதே பார்வையாளர்களை நர்ஸ் வெளியில் செல்லுமாறு கூறினாள். மருத்துவர் வந்து பார்த்துச் சென்றபின் வருவதாகக் கூறி வெளியில் வந்தேன். என் மனம் அலைபாய்ந்தபடியே இருந்தது. பிரியாவிற்கு திருமணம் ஏற்பாடாகிக் கொண்டிருக்கிற செய்தி என்னை அலைக்கழித்துக் கொண்டிருந்தது. அவள் கேட்டுக்கொண்டதுபோல ஒரு பத்திரிக்கைகாரனாக இருப்பதைக் கொண்டு அந்த திருமண ஏற்பாட்டை எப்படித் தடுத்து நிறுத்த முடியும் என்றும் யோசித்தது மனம். ஓரிடத்தில் அமரவும் முடியவில்லை. மெல்ல நடந்தேன். இடது பக்கம் திரும்பிய ஒரு வளைவில் “தோல் நோய் சிகிச்சைப்பிரிவு” எனும் அறிவிப்புப் பலகையைக் காண நேர்ந்ததும் எனது நினைவுகள் வேகவேகமாக அதன் அடுக்குகளைக் கலைத்துப் போடத் தொடங்கியது.

“பார்த்ததும் எப்படிடா உன்னால ஒரு பொண்ண காதலிக்க முடியுது?” என்று நான் அவனைச் சீண்டுவதுபோலக் கேட்டேன். அதற்கு அவன், “நாங்க உயிர குடுத்து லவ் பன்றது உனக்கு அவ்ளோ காமடியாவ இருக்கு மச்சி?” என்று என்னை செல்லமாக முதுகில் தட்டி, “முடிஞ்சா லவ் பன்னி பாரு மச்சி. அப்ப புரியும் எவ்ளோ கஷ்டம், வலினு” சொல்லி சிரித்துக்கொண்டே வெளியில் சென்றுவிடுவான். எப்படி இவனால் எல்லாவற்றையுமே சாதாரணமாக எடுத்துக் கொள்ள முடிகிறது என எனக்கு ஆச்சரியமாக இருக்கும். அவன் எதிலும் தீவிரத்தோடு ஈடுபட்டு நான் பார்த்ததே இல்லை. எல்லாவற்றையும் விளையாட்டாகவே அவன் புரிந்து

கொள்கிறானோ என்றும் தோன்றியது. அவனும் பிரியாவும் தீவிரமாகக் காதல் செய்துகொண்டிருந்த நாட்கள் அவை. கல்லூரியில் விளையாட்டுப் போட்டிகள் நடந்து கொண்டிருந்த நாட்களின் ஒரு மாலைப் பொழுதில் என் அறைக்கு வந்தவன், நாற்காலியை இழுத்துப்போட்டு அமர்ந்தபடி அன்றைய தினசரியைப் புரட்டியவாறு இருந்தான். நான் எதேச்சையாக அவனது கால்களைப் பார்த்தபோது, காயம் ஏற்பட்டு இரத்தம் வெளியேறிக் கொண்டிருந்ததைக் கண்டு அவனிடம் கேட்டேன்.

“டேய், கால்ல ரத்தம் வந்துகினு இருக்குது.”

“எங்க?” என்று அவன் கால்களைத் தூக்கிப் பார்த்தான். வலது காலின் பின்பகுதியில் காயமேற்பட்டு இரத்தம் ஒழுகிக் கொண்டிருந்தது. நான் ஆச்சரியத்துடன் அவனைக் கேட்டேன்.

“ஏன்டா, வலிக்கிலயா?”

அவன் “இல்லை” என்பதைப்போல தலையாட்டினான். எனக்கு மேலும் ஆச்சரியமாக இருந்தது. நான் அவனது காயத்தை அழுத்தினேன். பஞ்சு கொண்டு துடைத்து விட்டேன். நான் ஏதோ வருடிக் கொண்டிருப்பதைப் போல அவன் பார்த்துக் கொண்டிருந்தான். வலியின் சிறு சலனத்தைக்கூட அவனிடம் காணமுடியவில்லை. நான் அவனிடம் கேட்டேன்.

“ஏன்டா, சுத்தமாவே வலிக்கிலயா?”

“ஆமாண்டா.”

“ரொம்ப நாளா இந்த இடத்துல இப்படித்தான் இருக்கா?”

“எனக்கே இப்பதான தெரியுது.”

“ஏன்டா, லெப்ரசியா இருந்துடப் போவுது.”

“யாரு எனக்கா?”

“இல்லடா, எதுக்கும் டாக்டர்கிட்ட போயி செக் பண்ணிக்கலாம்.”

“ஏய் நான்தான் பயப்படணும். நீ பயந்து சாவுற.”

அவன் அரை மனதுடன் மருத்துவரைப் பார்க்கச் சம்மதித்தான். மருத்துவர் அவனை மிக நுட்பமாகப் பரிசோதித்து, தொழுநோயின் ஆரம்ப நிலைதான் என்பதை ஊர்ஜிதம் செய்தார். ஒரு வருடம் மருந்து எடுத்துக்கொள்ளச் சொல்லி, சில மாத்திரைகளை சிபாரிசு செய்தார். என் நண்பனுக்கு முகம் வாடிப்போனது. என்னென்னவோ சொல்லி அவனைத் தேற்றுவதற்குள் "போதும், போதும்" என்றாகி விட்டது.

மருந்து சாப்பிட ஆரம்பித்து மூன்று மாதங்கள் கடந்திருந்தன. மூச்சுக்கு முப்பது தரம் பிரியா பிரியா என்று திரியும் அவன் நடத்தையில் நிறைய மாற்றம் ஏற்படத்தொடங்கி இருந்தது. அவள் புழங்கும் இடங்களில் இல்லாமல் இருக்கும்படி பார்த்துக்கொண்டான். அவளே வலிய வந்தால்கூட தொடர்ந்து புறக்கணித்தபடி இருந்தான். பலமுறை இது குறித்துக் கேட்டும் கூட அவன் வாய் திறக்கவில்லை. அதிகபட்சம் ஒரு சிரிப்பு. அவ்வளவுதான் அவன் பதில். அதற்குமேல் எதையும் எதிர் பார்க்கமுடியாது. ஓடி ஓடிக் காதலித்தவன் அதே வேகத்தில் அவளிடமிருந்து விலக என்ன காரணம் இருக்கமுடியும் என்று எனக்குப் புரியவில்லை. அவளிடம் விசாரித்த இரண்டு முறையும் அவள் அழவே செய்தாள். இருவரின் பிரிவையும் தாங்கிக் கொள்ள முடியாதவனாக அவனிடம் கேட்டேன்: "உனக்கு தான் அவ சரிபட்டு வரமாட்டானு தெரியுமில்ல, அப்புறம் ஏன் சிதம்பரத்துக்கு இட்டுட்டு போய் அவள சீரழிச்ச?" நான் இப்படிக் கேட்பேன் என்று அவன் எதிர்பார்த்திருந்திருக்க மாட்டான். அவன் முகத்தில் கருமை படர்வதை நன்கு உணர முடிந்தது. சட்டென்று என்னைப் பார்த்து, "கூடப் படுத்த அவளே கேக்கல... நீ எதுக்குடா..?" என்று சலிப்புடன் கேட்டான். அதன் பிறகு இது சம்பந்தமாக அவனிடம் பேசுவதை கவனமாகத் தவிர்த்தே வந்தேன்.

ஆறேழு மாதங்கள் கழிந்திருக்கும். மீண்டும் மருத்துவரிடம் செல்லவேண்டிய நிலை. திடீரென அவனது உடல் அளவுக்கதிகமாக எடை கூடத் தொடங்கியது. அவசரத்திற்கு வேறொரு மருத்துவரைச் சந்திக்க முடிவு செய்தோம். வடக்கு மண்டலத்திலேயே சிறந்த தோல் மருத்துவ நிபுணராக அண்மையில் ஒரு தனியார் தொலைக்காட்சி தேர்ந்தெடுத்த மருத்துவரை நாங்கள் அணுகினோம். அவர் என் நண்பனின் ஆடைகளைக் கழற்றச் சொன்னார். இடையிடையே வந்த தொலைபேசி அழைப்புகளை பொருட்படுத்தாமல் அவர் நன்கு

பரிசோதித்து, "இதற்கு வைத்தியமெல்லாம் ஒன்றும் வேண்டாம்" என்று கூறிவிட்டு, என்னிடம் சொன்னார்.

"உங்க நண்பரை நல்லா சாப்பிடச் சொல்லுங்க."

அவர் கூறியதற்கு தலையாட்டியபடி நான், தயக்கத்துடன், அவரிடம் கேட்டேன்.

"சார், பயப்படற மாதிரி ஒன்னுமில்லையே."

"எதப்பத்தியும் கவலைப்படத் தேவையில்லை. ஹீ ஈஸ் ஆல் ரைட் நௌ."

நாங்கள் அவரிடம் விடைபெற்றுக்கொண்டு வெளியில் வந்தோம். நோய் இருக்கிறதா, இல்லையா என்பது குறித்த ஐயம் என் நண்பனைப் பாடாய்ப்படுத்தியது. "ஒருவர் மருந்து எடுத்துக்கொள்ள வேண்டும் என்கிறார். வேறொருவர் இதற்கு வைத்தியம் தேவையில்லை என்கிறார். யார் சொல்வது உண்மையாக இருக்கக்கூடும்? ஏன் நவீன மருத்துவத்தில் இத்தனை குறைபாடுகள்" என்று பிதற்ற ஆரம்பித்தான். அடிக்கடி அவனது கால்பகுதியைக் கிள்ளிப் பார்த்துக்கொள்ளத் தொடங்கினான். அதிகமாகப் பேசுவதை கொஞ்சம் கொஞ்சமாகக் குறைத்துக் கொண்டான். அவன் மனக்குழப்பத்தை என்னாலும் புரிந்துகொள்ள முடிந்தது. ஆறுதல் படுத்தும் விதமாக அவனிடம் பேசினேன்.

"வேலா, எதுக்கு போட்டுக் குழப்பிக்கிற? ஏற்கனவே பார்த்த மருத்துவரைப் பார்த்து பேசலாமே."

அவன் முகத்தில் மின்னலென மகிழ்ச்சியின் கீற்று தோன்றி மறைவதைக் காண முடிந்தது.

வாரக் கடைசியில் மருத்துவரைச் சந்தித்தோம். அவர் எங்களிடம் பேசினார்.

"என்ன மறுபடியும் எதாச்சும் பிரச்சினையா?"

என் நண்பன் அமைதியாக இருந்தான். பார்க்க பாவமாக இருந்தது. நானே மருத்துவரிடம் பேசினேன்.

"நீங்க கொடுத்த மாத்திரையை சாப்பிட்ட கொஞ்ச நாள்ல இவன் முகம் கருப்பாகி குண்டாக ஆரம்பிச்சிட்டான்."

“அப்புறம்?”

“அவசரத்துக்கு ஊர்ல வேறொரு டாக்டர பார்த்தோம். சோதிச்சி பார்த்துட்டு மாத்திரை சாப்டது போதும்னு சொல்லி நீங்க கொடுத்த மாத்திரைய நிறுத்தச் சொல்லிட்டார்.”

“எந்த டாக்டர்.”

அவரது குரலின் தொனியைப் புரிந்துகொள்ள முடியவில்லை. “கோபத்தின் குரலா” அல்லது “பயத்தின் வெளிப்பாடா” என்பது அவருக்கே வெளிச்சம். நான் மருத்துவரின் பெயரைச் சொன்னேன். அதற்கு அவர் கூறினார்.

“அவர் ரொம்ப நல்ல டாக்டராச்சே.”

நாங்கள் இருவரும் அமைதியாக இருந்தோம். கொஞ்ச நேரம் நண்பனின் மருத்துவக் குறிப்புகளை ஆராய்ந்தவர் எங்களிடம் பேசினார்.

“தோல் நோய்களை ஊர்ஜிதம் பண்றது ரொம்பக் கஷ்டம் சார். நீங்க சொல்றது, அப்புறம் நாங்க சோதிச்சி பாக்கறத வச்சிதான் வைத்தியம் பாக்கமுடியும். இப்ப நான்கு நிபுணர்களைக் கொண்டாந்து இவர சோதிச்சி முடிவு சொல்லச்சொன்னா நான்கு பேரும் ஆளுக்கொரு விதமாதான் சொல்லுவாங்க. அப்படித்தான் சொல்ல முடியும். நம்பகிட்ட அந்தளவிற்குத் தான் வசதிவாய்ப்புகள் இருக்கு. நாவேனா எங்க பேராசிரியருக்கு கடிதம் கொடுத்துவிடட்டா? நீங்க அங்க போனீங்கனா உங்க தோலை ‘பயாப்ஸி’ பண்ணி நோய் எந்த நிலையில் இருக்குன்னு சொல்லிடுவாங்க.”

அவரது பேச்சில் மாறிமாறி எதிரொலித்த நம்பிக்கையின்மையையும், நம்பிக்கையையும் எங்களால் உணர முடிந்தது. அரைமனதுடன் அவர் தந்த கடிதத்தைப் பெற்றுக்கொண்ட நாங்கள், அடுத்த நாளே அந்தப் பேராசிரியரை சந்திக்கச் சென்றோம். மருத்துவரின் கடிதத்தை அளித்தோம். வாங்கிப் படித்தவர் எங்களிடம் மிகவும் அன்போடு நடந்து கொண்டார்.

எங்களை ஒரு மருத்துவரின் உதவியுடன் வேறொரு அறைக்கு அனுப்பி வைத்தபடியே அவர் கூறினார்.

“டாக்டர் அவருக்கு ‘பயாப்ஸி’ டெஸ்ட் எடுங்க.”

அதற்கு அந்த மருத்துவர் சரியெனத் தலையசைத்தார். மீண்டும் பேராசிரியர் அவரிடம் கூறினார்.

"அப்புறமா அவருக்கு கொஞ்சம் 'லெப்ரோமியமும்' கொடுங்க."

இதற்கும் அவர் "சரியெனத் தலை அசைத்தார். அவர் அதிகம் பேசாதவராயிருந்தார். எப்படி இருந்தால் என்ன, நோயைக் கண்டுபிடித்து குணப்படுத்தினால் போதும் என்று நினைத்துக்கொண்டேன். அவரைப் பின்தொடர்ந்து சென்றோம். ஒரு சின்ன அறைக்குள் அழைத்துச் சென்றார். அங்கு போடப்பட்டிருந்த கட்டிலின் மீது ஏறிப் படுத்துக் கொள்ளச் சொன்னார். பிறகு கைகளில் உறையைப் போட்டுக் கொண்டு கூரான அறுவைக் கத்தியை எடுத்து அவன் காலில் வலி இல்லாமல் இருந்த இடத்திலிருந்து கொஞ்சம் தசையை வெட்டி எடுத்தார். நண்பன் எவ்வித உணர்வுமின்றி படுத்துக்கொண்டிந்தான். வெட்டி எடுத்த தசையை சிறிய பாட்டிலில் போட்டு அழுத்தமாக மூடிவிட்டு, காலில் வெட்டிய இடத்தைச் சுத்தம் செய்து இரண்டு தையல்கள் போட்டு மூடினார். இதையெல்லாம் பார்த்துக்கொண்டிருந்த நான் அவரிடம் கேட்டேன்.

"சார், ஒன்னும் பிரச்சனை இல்லையே?"

என்னை ஏற இறங்கப் பார்த்தவர் மெல்லிய குரலில் சொன்னார்.

"லேப்ல இருந்து ரிசல்ட் வந்தாதான் எதையும் சொல்ல முடியும். எதுக்கும் பயப்படத்தேவையில்லை. பார்த்துக்கலாம்" என்று சொல்லி அவன் முதுகில் தட்டிவிட்டுச் சென்றார்.

அவரின் பதில் எனக்குத் திருப்தியாக இருந்தது. என் நண்பன் ஏதும் பேசாமல் அமைதியாக இருந்தான். அவனுக்கு இதிலெல்லாம் கொஞ்சமும் ஆர்வம் கிடையாது. எப்படியும் நோய் உள்ளதா, இல்லையா என்பதை அறிந்து கொள்ளமுடியும் எனத் தோன்றியது. ஒரு சிறிய மருந்து புட்டியிலிருந்து கொஞ்சம் மருந்தை எடுத்து ஊசி மூலம் அவனது இடது கையின் உள்பக்கத்தில் செலுத்திவிட்டுக் கூறினார்.

"48 மணி நேரத்திற்கு இத ஒண்ணும் பண்ணக் கூடாது."

தெரிந்துகொள்ளும் ஆர்வத்தில் நான் "இது என்ன சார்" என்றேன்.

“இதுக்கு ‘லெப்ரோமியம்’ சோதனைன்னு பேரு” என்று கூறிக்கொண்டே, மருந்து செலுத்தப்பட்டதால் வீங்கியிருந்த இடத்தை பேனாவால் வட்டமிட்டவர் தண்ணீர் படாமல் பார்த்துக்கொள்ளச் சொல்லி, இரண்டு வாரம் கழித்து வரவும் எனக் கூறி, அனுப்பி வைத்தார்.

மருத்துவமனையில் இருந்து நேராக, வழக்கமாகச் செல்லும் கடற்கரைச் சாலையில் இருந்த மதுக்கூடத்திற்கு சென்றோம். கடலைப் பார்க்கும் விதமாக இருக்கையைத் தேடி அமர்ந்தோம். கடைப் பணியாளனை அழைத்து ஆளுக்கு ஒரு கோப்பை சிம்ரின் ஆஃப், தொட்டுக்கொள்ள மிளகு போட்டு வறுத்த எரால் மீன் சொல்லிவிட்டு எதிரில் ஆர்ப்பரித்துக் கொண்டிருந்த கடலைப் பார்க்கத் தொடங்கினேன். அறையில் குறைவான ஒலி அளவில் மேலை நாட்டு சங்கீதம் ஒலித்துக்கொண்டிருந்தது. அவன் பார்வை கடலுக்கு அப்பால் நிலை குத்தி இருந்தது. “என்னடா யோசிக்கற?” எனக் கேட்டு அவனை மெதுவாகத் தொட்டேன். எதுவும் பேசாமல் அவன் திரும்பிப் பார்த்தான். மறுபடியும் நானே பேசினேன்: “ஏண்டா பயமா இருக்கா?” அதற்கு, “எனக்கென்னடா பயம்?” எனப் புன்முறுவலுடன் திருப்பிக் கேட்டான். ஆனாலும் அவன் முகத்தில் பயத்தின் ரேகைகள் படர்ந்திருப்பதை நன்றாக உணர முடிந்தது.

மதுக்கூட பணியாளன் கொண்டுவந்து வைத்த மதுவில் அவன் மிக நேர்த்தியாக தண்ணீரைக் கலந்தான். இரண்டு ஐஸ் துண்டுகளை எடுத்துப்போட்டுக் கலக்கினான். எடுத்துக் குடி என்று பார்வையாலேயே உணர்த்தினான். கண்ணாடித்துகள் போல மது தொண்டையை அறுத்துக்கொண்டு உள்ளுக்குச் சென்றதும் தன் வேலையைத் தொடங்கியது. குடிக்கும்போது ஆடு தலையை உதரிக் கொள்வதைப்போல அவன் உதறிக்கொண்டான்.

பணியாளனை அழைத்து அடுத்த கோப்பை மதுவுக்கு சொல்லிவிட்டு அவனிடம், “ஏண்டா அந்த பொட்ட புள்ளய அப்பிடி நடத்தற?” என்று கேட்டேன். என் பேச்சை செவிமடுக்காமல் அவன் தட்டில் இருந்த வறுத்த மீனை எடுத்து சாப்பிடத் தொடங்கினான். நான் திரும்பக் கேட்டதும், “அத விடு மச்சி” என்று தட்டிக் கழித்தான். “எதடா விடச் சொல்ற?” என சற்று குரல் உயர்த்தினேன் நான். குவளையில் எஞ்சியிருந்த மதுவை எடுத்துக் குடித்துவிட்டு, “நான்

அவளிடமே சொல்லிட்டேண்டா..." என்று சொன்னான். புரிந்துகொள்ள முடியாமல் "என்னடா சொன்ன அவகிட்ட?" என்று கேட்டேன்.

வெளியில் வெயில் குறைந்து மேகம் சூழ ஆரம்பித்திருந்தது. மீனை எடுத்து வாயில் போட்டபடியே "எனக்கு லெப்ரசியா இருக்கும்போல தெரியுது. அதால நாம பிரிஞ்சிடலாம் பிரியானு சொல்லிட்டேண்டா" என படபடப்புடன் பேசினான். அவனைப் பார்க்க எனக்குப் பாவமாக இருந்தது. அவன் மீது எரிச்சலாகவும் இருந்தது. "எல்லாத்திலயுமே உனக்கு அவசரம் தாண்டா" என்று சொன்னேன். காதில் வாங்காதவனைப்போல அவன் அமைதியாக மதுவை உறிஞ்சிக் கொண்டிருந்தான். திரும்பவும் அவனிடம், "நீ சொன்னதுக்கு அவ அப்படியே சரினு ஒத்துக்கொண்டாளா?" என்றேன். கேள்வி மேல் கேள்வி கேட்பது அவனுக்கும் எரிச்சலாகத்தான் இருந்திருக்கும். சலிப்புடன், "சந்தோஷமா குடிக்கத்தாண்டா கூட்டியாந்த. அப்புறம் ஏண்டா தொன தொனனு பேசிக்கினு இருக்க. எடுத்துக் குடிடா. கிளம்பலாம்" என வேகவேகமாகப் பேசினான். கல்லூரியில் பிரியாவை தனிமையில் சந்தித்து நடந்தது அனைத்தையும் விசாரித்துவிட வேண்டும் என்று முடிவு செய்து குவளையில் இருந்த மதுவை எடுத்துக் குடித்துவிட்டு, கடலைப் பார்த்தபடியே தட்டில் இருந்த மீனை பிட்டு சாப்பிட்டேன். வானில் மேகம் திரண்டு வந்தது. மழை எந்நேரமும் வரக்கூடும் என நினைத்தபடியே வெளியில் வந்து பேருந்து நிலையத்திற்குச் செல்ல ஆட்டோவைக் கை தட்டி அழைத்தேன். அவன் அமைதியாக கடற்கரையில் நின்று கொண்டிருந்த காந்தி சிலையைப் பார்த்துக் கொண்டிருந்தான்.

இரண்டு வாரம் கழித்து அந்தப் பேராசிரியரைப் பார்த்தோம். அவர் எங்களைப் புன்முறுவலுடன் வரவேற்றபடி என் நண்பனைப் பார்த்துக் கூறினார்.

"நீங்க பயந்த மாதிரி எதுவும் இல்ல. உங்க "பயாப்ஸி" ரிசல்ட் வந்திடுச்சி. உங்களுக்குத் தொழுநோய் இருப்பதற்கான உறுதியான ஆதாரங்கள் எதுவும் கிடையாதாம்."

அவர் கூறியதைக் கேட்டுக்கொண்டு, அமைதியாக நின்று கொண்டிருந்த நண்பனின் உணர்வுகளைப் புரிந்து கொண்டவனாக நான் அவரிடம் கேட்டேன்.

"சார், அப்ப தொழுநோய் இருக்கா? இல்லையா?"

“அதான் உறுதியான ஆதாரம் கிடையாதுன்னு வந்திருக்கே.”

எனக்கு அந்த பயாப்ஸி முடிவு திருப்திகரமாக இல்லை. அதனால் அவரிடம் மீண்டும் கேட்டேன்.

“ஏன் டாக்டர், பயாப்ஸி முடிவு துல்லியமா இருக்காதா?”

“எப்படி?”

“நோய் இருக்குது, இல்லைன்னு அதால சொல்ல முடியாதா?”

அவர் என்னை ஒரு மாதிரியாகப் பார்த்தார். என் நண்பன் கூடத்தான். அவருக்குக் கோபமேற்பட்டிருக்கக் கூடும். அதை மறைத்துக் கொண்டவராக அவர் பேசினார்.

“தம்பி ‘பயாப்ஸி’ன்றது ஒரு சோதனை முறை. அதுல நூறு சதவீதம் எதிர்பார்க்க முடியாது. அதன் முடிவுகள் “இருக்கலாம், அல்லது இல்லாமல் இருக்கலாம்” என்பது போலத்தான் அமையும்.”

அவர் பேசிமுடித்து, என் நண்பனைப் பார்த்துச் சொன்னார்.

“இதுக்கு வைத்தியம் ஏதும் தேவையில்லை. ஏதாவது பிரச்சனைன்னா இந்த அட்டைய எடுத்துட்டு வாங்க.”

நான் திரும்ப அவரிடம் கேட்டேன்.

“சார், நோய் இருக்கா இல்லையான்னு இப்ப இருக்கிற வசதிகள வச்சி தெரிஞ்சிக்கவே முடியாதா?”

அவர் அமைதியாகச் சொன்னார்.

“பரிசோதனை முடிவின் சதவீதம் எந்தப் பக்கம் பெரும்பான்மையாக உள்ளதோ அதைத்தான் நாங்கள் ஏற்றுக் கொள்வோம்.”

அதற்கு மேல் அவரிடம் பேசிக்கொண்டிருக்க முடியாதெனத் தோன்றியது. அந்தளவிற்கு அவர் அங்கு முக்கிய நபராக இருந்தார். குறைந்தது இருபது மருத்துவ மாணவர்களாவது அவரைச் சூழ்ந்தபடி கேள்விகளால் துளைத்துக் கொண்டிருந்தனர். நாங்கள் விடைபெற்றுக் காண்டு வெளியில் வந்தோம். “நோய் இருக்கிறதா இல்லையா” என்று அறிந்துகொள்வதற்குள் எனது

நண்பன் ஒரு வருடங்களுக்கான வீரியமிக்க மாத்திரைகளை சாப்பிட்டு முடித்திருந்தான். எனக்கு நவீன மருத்துவத்தின் மீதும், அதன் செயல்பாட்டின் மீதும் சில அடிப்படையான சந்தேகங்கள் எழத் தொடங்கின. மருத்துவத்துறை விரிவடைய, விரிவடைய நோய்களின் எண்ணிக்கையும் பெருகிக்கொண்டே வருவது அத்துறையின் வளர்ச்சிக்கு நல்லதா? நகம் பற்றிய சிறப்பு மருத்துவப் படிப்பை ஆரம்பித்தால் கூட, உடனுக்குடன் நம்மால் குறைந்தது நான்கு லட்சம் நகம் சம்பந்தப்பட்ட நோயாளிகளைத் திரட்ட முடியுமென்றால் நம் சமூகம் ஆரோக்கியத்துடன் இருப்பதாக அர்த்தமா? எங்கேயோ பிரச்சனை நடக்கிறது. எங்கு என்றுதான் தெரியவில்லை.

வேகமாக வந்த ஆம்புலன்ஸ் சப்தம் என்னில் கலவரத்தை ஏற்படுத்தி, கடந்த காலத்திலிருந்து என்னைப் பிய்த்தெறிந்தது. மீண்டும் வார்டுக்குச் சென்று நண்பனைப் பார்த்தேன். அவன் முகத்தில் மரணத்தின் ரேகைகள் படிந்துகிடப்பதை உணர முடிந்தது. ஆனால் எதையும் வெளிக்காட்டிக் கொள்ளாமல் அவன் முகத்தை வெகு சாதாரணமாக வைத்துக்கொண்டிருந்தான். “பிரியாவுக்கு தெரியுமாடா” என்று என்னை ஆராய்ந்துகொண்டே கேட்டான். நான் அமைதியாக நின்று கொண்டிருந்தேன். மறுபடியும் அவனே ஈன சுரத்தில், “ஒருவேள அவள அப்படி நடத்தாம இருந்திருந்தா எல்லாம் சரியா இருந்திருக்குமோ” என்று கேட்டான். வாழ்ந்துவிட வேண்டும் என்ற எண்ணம் அவன் விழிகளில் மிதந்துகொண்டிருந்ததைக் காணமுடிந்தது. “புலம்பாம அமைதியா படுடா” என்று மட்டும் கூறினேன். அவன் கண்களின் ஓரத்தில் நீர் திரள்வதைப் பார்க்க முடிந்தது. அவன் உடல் நிலை தொடர்பாக பிரியாவும் நானும் பேசிக்கொண்டதை அவனிடம் சொல்லவேண்டாம் என்று தோன்றியது. இந்நிலையில் அவற்றைச் சொன்னால் அவன் மேலும் சங்கடப்படுவானோ என்றும் நினைத்து அமைதியாக விட்டுவிட்டேன். யாரையும் குற்றம் சொல்ல முடியாதபடி சூழல் இருந்தது. வலுக்கட்டாயமாக பிரியாவை அவன் உதறித் தள்ளிய பிறகு அவளால்தான் என்ன செய்துவிட முடியும் என்று தோன்றியது. அவன் மூச்சுவிட சங்கடப்படுவதைப் பார்க்க சகிக்காமல் அவன் அப்பாவிடம் சொல்லிவிட்டு வெளியில் வந்தேன்.

அவனைக் கூடவே இருந்து கவனித்துக்கொள்ளலாம்தான். என் வேலை அப்படி. “இங்கு போ, அங்கு போ” என விரட்டிக்

கொண்டே இருப்பார்கள். காலில் சக்கரம் கட்டிக்கொண்டு இருக்கிற நிலை. வேலைப் பளுவின் காரணமாக நண்பனைப் பற்றி அறிந்துகொள்ள முடியாமல் இருந்தது. அந்த சமயம் மழை வெள்ளம் பாதித்த பகுதிகளை நேரில் பார்த்துக் கட்டுரை எழுத நான் தஞ்சை, நாகப்பட்டிணம் பகுதியில் முகாமிட்டு இருந்தேன். அப்போது என்னுடன் கல்லூரியில் படித்த அக்பர் மூலம், வேலாயுதம் இறந்த தகவல் கேட்டு மனம் சோர்வுற்றேன். மனம் வெடித்துவிடும் போல இருந்தது. அவளுக்கு எப்படி இந்த செய்தியைத் தெரிவிப்பது என நினைக்கும்போது உடலெங்கும் நடுக்கம் பரவியது. ஒருவாராக மனதை திடப்படுத்திக்கொண்டு அவன் இறந்த செய்தியை ஒருவித நடுங்கும் குரலுடன் அவளிடம் சொன்னேன். அவள் உடைந்து அழுவதைக் கேட்டு எனக்கும் அழுகை பீறிட்டு வந்தது. அவள் அழுகை என்னைப் பதட்டத்திற்குள்ளாக்குவதாக இருந்தது. உடனே நான் தொலைபேசியைத் துண்டித்தேன். அதைத் தவிர வேறெதையும் செய்ய எனக்கு அப்போது தோன்றவில்லை.

அந்த அதிர்ச்சியிலிருந்து என்னால் சுலபத்தில் மீளமுடியவில்லை. நிரந்தரமாக ஒரு வெற்றிடம் ஏற்பட்டதை நினைத்து நினைத்துத் துடித்தேன். 'உயிர் என்பது மரணத்தை அடைய நடத்தப்படும் போராட்டம் மட்டும் தானா? தனக்கு வந்திருப்பது இன்ன நோய் என்றே தெரியாமல் ஒருவன் இறக்க நேரிடுவதின் துக்கத்தை என்னால் தாங்கிக்கொள்ள முடியவில்லை. மேலும், மேலும் நுணுக்கமாக நமது மருத்துவ முறைகள் முன்னேறிக் கொண்டிருக்கும் அதேவேளை அதன் அடிப்படைகளில் நாம் கவனம் கொண்டிருக்கிறோமா?' என யோசித்து கொண்டிருக்கும்போதே நமது மருத்துவம் குறித்த தீராத சந்தேகங்களுடன் எனது நண்பனும் மண்ணில் புதைக்கப்பட்டான்.

இறுதிச் சடங்கில் கலந்துகொண்டு கனத்த மனதுடன் வீட்டிற்குத் திரும்புகையில் பயணச்சீட்டு எடுக்கும்போது பேருந்தின் நடத்துனர் என்னைப் பார்த்துக் கேட்டார்.

"சாவு கெராக்கியா இருப்பியா? பத்து ரூபா டிக்கெட்டுக்கு நூறு ரூபாவ தூக்கி நீட்ற"

உணர்வுகளைப் புரிந்துகொள்ளாத இங்கு, எல்லாவற்றையுமே பரிசீலனை செய்து பார்க்கவேண்டிய தேவை இருக்கிறதென நினைத்துக்கொண்டே வீடு திரும்பினேன்.

அந்தப் பதற்றத்திலிருந்து விடுபட நான்கைந்து நாட்கள் ஆனது. இரவில் உறங்கிக் கொண்டிருக்கும்போது ஏற்படும் சிறு சப்தம்கூட பீதியை ஏற்படுத்துவதாக இருக்கிறது. தனிமை மிகவும் துயர் தாங்கியதாக மாறிவிட்ட ஒருநாள் இரவில், கள்ளக்குறிச்சியில் இருந்து அந்தோனி தொலைபேசியில் அழைத்து, "டேய் மச்சி, நம்ம பிரியா சூசைட் பன்னிக்கிட்டாலாம் டா" என்று சொன்னபோது எனக்கு சப்த நாடியும் ஒடுங்கியது. அவள் வலிகளை இதுநாள் வரை பொருட்படுத்தாமல் விட்டுவிட்ட என் மனதை முதன் முதலாக அருவருப்பாக உணரத்தொடங்கினேன். தெருவில் நாய்களின் ஊளையிடும் சப்தம் சூழலை மேலும் பீதியூட்டுவதாக இருந்தது.

● ● ●

பனைகளின் காலம்

எல்லோரும் ஆழ்ந்த உறக்கத்தில் இருக்கும் நடு இரவில் இப்போதெல்லாம் பாட்டி அலறியடித்து எழுந்து "வெட்டாதீங்கடா, வெட்டாதீங்கடா" என அழுவது அன்றாட நிகழ்வாகியிருந்தது. தொடக்கத்தில் ஒரு சில நாட்கள் அனைவரும் விழுந்தடித்துக்கொண்டு பாட்டியின் படுக்கையைச் சூழ்ந்துகொண்டு விசாரித்தபடி இருப்போம். "என்னம்மா ஆச்சி, எங்கயாவது பயந்துட்டியா?" என அப்பாவும் தன் பங்குக்கு விசாரித்து வைப்பார். "ஒன்னுமில்லடா பனந்தோப்பு ஞாபகமாகவே இருக்கு" என்பாள். "நீ ஏம்மா தேவையில்லாம மனசப் போட்டுக் குழப்பிக்கிற" என அப்பா நொந்துகொண்டே வெளியில் புகைக்கச் சென்றுவிடுவார். "என்னால பழச எதையும் மறக்கமுடியலடா" என பாட்டி கூற, "பேசாம படுத்து தூங்குங்க அத்த" என பாட்டியை சமாதானம் செய்தபடியே அம்மா பாட்டியின் தலைமாட்டில் சிறிது நேரம் அமர்ந்துவிட்டுச் சென்றுவிடுவாள்.

ஒரு சில நாட்களில் இரவைப் பொருட்படுத்தாமல் அப்பாவுக்கும் பாட்டிக்குமான பேச்சு நீண்டபடியிருக்கும். பேச்சின் இடையே சிறிய இரும்பு உரலில் வெற்றிலையைப் போட்டு டக்டக் என சீரான கதியில் இடித்துக்கொண்டிருப்பாள். உரல் இடிக்கும் ஓசை எங்கள் வாழ்வில் பிரிக்க முடியாத அங்கமாகி பல வருடங்களாகியிருந்தது.

எங்கள் பால்யத்தில், பாட்டிக்கு வெற்றிலை இடித்துத் தருவதில் எங்களுக்குள் எப்போதும் பெரும் போட்டி நடந்தபடியே இருக்கும். அப்படி இடித்துத் தருபவர்கள், இரவில் பாட்டியின் பக்கத்தில் படுத்துக்கொண்டு விதவிதமான கதைகளைக் கேட்கும் பாக்கியம் வாய்க்கப் பெறுவார்கள் என்பதால் பெரும் போட்டியே நடந்துகொண்டிருக்கும். எப்படித்தான் அவ்வளவு கதைகளைத் தனது ஞாபக அடுக்குகளில் வைத்திருக்கிறாளோ என அவ்வப்போது நினைத்துக்கொள்வேன். இப்போதும் விடுமுறைக்கு, வீட்டிற்கு வந்தால்கூட பாட்டியிடம் கதை கேட்ட அந்தக் கணங்கள் கண் முன் விரிவு கொள்வதை தவிர்க்க முடிவதில்லை.

எங்கள் வீடு இரண்டு தெருவுக்குமாக நீண்டிருந்தது. வாசலில் இரு பெரும் திண்ணைகள். காதணி விழா, மஞ்சள் நீர் போன்ற சுப விசேஷங்கள் செய்யக்கூடிய அளவிற்குப் பெரியவை. அதைப்போன்ற திண்ணைகளை இந்த ஜில்லாவிலேயே பார்க்க முடியாது. அவ்வளவு விஸ்தீரணம். அதையொட்டி ரயிலோடு போட்ட சிறு கூடம். அதைத் தொடர்ந்துதான் மெத்தைக் கட்டடம் நீண்டிருக்கும். ஆறு அறைகள். காற்றோட்டமும், வெளிச்சமும் நிறைந்தவை. பாட்டிக்கு எந்த இடமும் வெற்றிடமாக இருப்பது பிடிக்காது. எதையாவது கொண்டு வந்து நிரப்பிக் கொண்டிருப்பாள். அதன்பொருட்டு அவளுக்கும், அப்பாவுக்கும் சண்டை ஏற்படுவது வாடிக்கை. சதா, பாட்டி திட்டு வாங்கிக்கொண்டே இருப்பாள். சில நேரங்களில் பாட்டி, "டேய் போடா, எந்த புரயோஜனமும் இல்லாத உன்னையே நாப்பது வருஷமா இந்த ஊட்ல வச்சிகினு இருக்கல" என அப்பாவை கேலி செய்வதைப் பார்த்து அனைவரும் கொல்லென சிரிப்போம்.

விடுமுறைக் காலங்களில் வீடே திமிலோகப்பட்டுக் கொண்டிருக்கும். உறவினர்களின் வருகை எங்களை மேலும் மகிழ்விப்பதாக இருக்கும். எங்களையும், அத்தை மகன்களையும் அழைத்துக்கொண்டு போருக்குப் போவதைப்போல பாட்டி பனந்தோப்புக்குப் புறப்படுவாள். நாங்கள் குதூகலத்தில் திளைத்தபடி அவள் பின்னால் அணிவகுத்துச் செல்லத் தொடங்குவோம். கவனமாக வெற்றிலைப்பையை எடுத்துக் கொள்ளவேண்டும். நடந்து வந்த களைப்பைப் போக்கிக் கொள்ள சிறிது நேரம் அமர்ந்து ஆசுவாசப்படுத்திக்கொள்ள அனுமதிப்பாள். நேரத்தை விரையம் செய்வது அவளுக்குப்

பிடிக்காது. கிட்டிப்புள் எப்படி விளையாடுவது, தோற்றுவிட்டால் அரி...கௌ... என்று எப்படி மூச்சு விடாமல் பாடிக்கொண்டே ஓடுவது பற்றி நுணுக்கமாக பனந்தோப்பிற்கு நடுவில் வைத்து எங்களுக்கு வகுப்புகள் நடந்தபடி இருக்கும். ஒவ்வொரு நாளுக்கும் வெவ்வேறு விளையாட்டுகளை பாட்டி எங்களுக்கு அறிமுகப்படுத்திக் கொண்டிருப்பாள். கிளிப்பாரி, நிலாக்கும்பல், சடுகுடு ஆட்டங்களை அவள் வழியாகத்தான் எங்களால் கற்றுக்கொள்ள முடிந்தது. அப்பாவிற்கு இது குறித்தெல்லாம் கவலையிருந்ததாகத் தெரியவில்லை. கெடு தவறிய பாக்கிகளை, அசலும் வட்டியுமாக வசூலிப்பதிலேயே அவர் கவனம் இருந்து கொண்டிருக்கும். ஆனால் இந்த கோடைவிடுமுறை எங்களுக்கு உவப்பானதாக இருக்கவில்லை. பனந்தோப்பையும், அதைச்சுற்றியிருந்த நிலத்தையும் அப்பா, பங்குனி மாதமே ஒரு பாண்டிச்சேரி நபருக்கு விலைபேசி முடித்திருந்தார். தன்னிச்சையான முடிவுதான். குறைந்தபட்சம் தன்னிடம் தகவலாகவாவது தெரிவித்திருக்கலாம் என பாட்டி நினைத்து புலம்பிக் கொண்டிருந்தாள். விற்றுவிட்ட செய்தியை மட்டும் தெரிவித்தபோது நெஞ்சை அடைப்பதுபோல உணர்ந்தாள். உடனடியாக அதற்கு எவ்வித எதிர்வினையையும் ஆற்ற முடியாதபடி இருந்தாள். அவள் உள்ளுக்குள் துடிதுடித்தாள். முகம் இறுகி, கண்களில் இயலாமை படர்ந்தது. "டேய் பனந்தோப்ப மட்டுமாவது விட்டு வைக்கக் கூடாதா?" என்று கெஞ்சும் தொனியில் கேட்டாள். "பனந்தோப்ப பக்கத்துல வச்சிகினு இருந்தா எவனாவது வீடு கட்ட இடம் வாங்க வருவானா?" என எதிர்க் கேள்வி அப்பாவிடமிருந்து சூடாக வரவும் அவள் இடிந்துபோய் அப்படியே திண்ணையில் அமர்ந்துகொண்டாள்.

"அப்ப இங்க பயிரிடப் போறதில்லையா?"

அப்பா மௌனம் சாதித்தார்.

"டேய், என்ன தாண்டா செய்யப் போறாங்க?"

"நெலத்த வாங்கி, பனமரத்தலாம் வெட்டிட்டு, சமப்படுத்தி, வீடு கட்ட பிளாட் போட்டு விக்கப் போறாங்கமா."

"டேய் நல்லா வெளையிற பூமிடா. வித்துட்டா திரும்ப வராதுடா. நீ ஆளானதே அதாலதாண்டா" எனக் கூறும்போது பாட்டியின் கண்களில் இருந்து நீர் கசிந்தபடி இருக்கும். எல்லாம்

இயல்பாக நடந்து கொண்டிருப்பதைப் போல, அம்மா, பாட்டிக்கும் அப்பாவிற்கும் பருக தேனீர் கொண்டுவந்து கொடுத்துவிட்டு சென்றுவிடுவாள். நிலம் கைமாறுவது பற்றி யாருக்கும் அங்கே வருத்தம் இருந்ததாகத் தெரியவில்லை. பாட்டி மட்டுமே தனி ஆளாக நின்று போராடிக் கொண்டிருந்தாள். அத்தைகள், அவர்களின் பங்காக பணத்தைப் பெற்றுச் செல்வதிலேயே குறியாக இருந்தனர். என்ன நடக்கிறதென்பதை நாங்கள் உன்னிப்பாகக் கவனித்தபடி இருந்தோம். பாட்டி நள்ளிரவில் எழுந்து, தனியே பேசிக்கொள்ளத் தொடங்கினாள். யாரோ தன்முன்னால் இருப்பதாக எண்ணிக்கொண்டு வேகமாகக் கத்தி, சண்டையிடுவாள். அழுது கண்ணீர் வடிப்பாள். யாரும் அவளைத் தேற்றுவதற்கு முன்வரவில்லை என்பதே எங்களுக்கு வருத்தத்தை ஏற்படுத்திக் கொண்டிருந்தது. நானும், எனது தங்கையும் பாட்டியை எப்படியாவது தூங்க வைத்துவிட வேண்டும் என்று எவ்வளவோ முயற்சி எடுத்துக் கொண்டிருந்தோம். "நீங்க போயி தூங்குங்க" எனக்கூறி எங்களை அனுப்பிவிட்டு மறுபடியும் புலம்பத் தொடங்கிவிடுவாள்.

பனந்தோப்பு விரிந்து கிடந்தது. தொலைவில் இருந்து பார்ப்பதற்கு, ஓர் அணிவகுப்பைப் பார்வையிடுவதைப்போல இருந்தது. உயரமான, குட்டையான பனைமரங்கள். பனங்காய்கள் காய்த்துக் கிடந்தன. அனேக மரங்களில் குருவிகள் கூடு கட்டியிருந்தன. தோப்புக்கு வலப்புறம், நிலம் கரம்பாக பரந்து விரிந்து கிடந்தது. தாத்தா இறப்பிற்குப் பின் நிலம் உழப்படாமலேயே கிடந்தது. எப்போதாவது அரசியல் கூட்டங்கள் நடக்கும். ஆனால் ஆரம்பத்திலிருந்தே இதை எப்படியாவது விற்றுவிட வேண்டும் என்பதே அப்பாவின் ஆர்வமாக இருந்து கொண்டிருந்தது.

காலை வெயில் சுட்டெரித்துக் கொண்டிருந்தது. தகவல் கிடைத்து அங்கு சென்று பார்க்கும்போது, பாட்டி கைகளை வீசியபடி ஒரு பைத்தியத்தை போல அங்குமிங்கும் நடந்து கொண்டிருந்தாள். தலை கலைந்து, ஆடைகள் ஒழுங்கற்று கிடந்தன. அவள் என்ன செய்து கொண்டிருக்கிறாள் என என்னால் யூகித்தறிய முடியவில்லை. நிலம் சமப்படுத்தப்பட்டுக் கொண்டிருந்தது. வேலை செய்பவன் ஓடி வந்து, "தம்பி இந்த ஆயா, வேல செய்யவே உடமாட்டுது, கல்ல எடுத்து அடிக்குது, வண்டிக்கு முன்னால வந்து வந்து படுத்துக்குது" என்றான். நான் பாட்டியைப் பார்த்தேன். ஒரு சாதுவைப் போல

நடந்து சென்று கொண்டிருந்தாள். நான் அந்த வேலையாளிடம் கூறினேன்: "பரம்பரை சொத்து இல்லையா, நிலத்த வித்தது அதுக்கு புடிக்கல. அதான் இப்படி செய்யுது. நீங்க ஒன்னும் பயப்படாதீங்க" என்று சொன்னதற்கு தலையாட்டிவிட்டு அவன், தன் வேலையில் கவனம்கொள்ளத் தொடங்கினான்.

நான் பாட்டியை நோக்கி நடந்து சென்றேன். சனிமூலையில் இருந்த பெரிய கிணறு எங்கிருந்தோ கொண்டுவரப்பட்ட பாறைமண்ணால் மூடி மறைக்கப்பட்டுக் கொண்டிருந்தது. அந்தக் கிணற்றை மூடுவதற்கு எப்படி மனது வந்ததோ? எங்களுக்கு பாட்டி நீந்தக் கற்றுக்கொடுத்த கிணறு. வீட்டில் எல்லோருக்கும் நீந்தத் தெரிந்திருப்பதற்கு பாட்டியும், கிணறும் காரணமாக இருக்கலாம். இந்தக் கரையிலிருந்து அந்தக் கரைக்கு கைகளை வீசி, காலை உதைத்துக்கொண்டு மிகச் சாதாரணமாக நீந்திச் செல்லும் பாட்டியின் படிமம் என் மனதில் அப்படியே தேங்கிக் கிடந்தது. எங்களுக்கு அவள் நீந்தக் கற்றுக் கொடுத்ததே விபத்து மாதிரிதான். கிணற்றின் மேல் நடந்து கொண்டிருக்கும்போதே, திடீரென எங்களை கிணற்றுக்குள் பிடித்து தள்ளி விட்டுவிடுவாள். அதுதான் அவளின் எளிய சூத்திரம். மேலிருந்து கிணற்றுக்குள் விழும்போது பூமி கரகரவென சுழல்வதைப்போல இருக்கும். ததக்... புதக்... என நீந்தியபடியே நிறைய தண்ணீர் குடித்துவிட்டிருப்போம். நீந்துவதில் சிரமம் ஏற்படும்போது, பாட்டி நீந்தி வந்து எங்களை கரையில் கொண்டுவந்து சேர்ப்பாள். தலையை துவட்டி விட்டபடி, "பயம் போய்டிச்சினா நீச்சல் தன்னால வந்துடும்டா" என்று சிரித்தபடியே கூறி, வெற்றிலை எச்சிலைத் துப்புவாள். அந்த எச்சில் எவ்வளவு தூரம் காற்றில் மிதந்து சென்று மண்ணில் விழக்கூடும் என்பதை வைத்து எங்களுக்குள் போட்டி ஆரம்பிக்கும். வெகு விரைவிலேயே நாங்கள் நீந்தப் பழகிவிட்டிருந்தோம். தூர்ந்துகொண்டிருந்த கிணற்றின் மீது நடந்து பாட்டியை அடைந்தேன். பாட்டி கண்ணீர் சிந்திக்கொண்டிருப்பதை பார்க்க முடிந்தது. "கிணத்தைப் பாத்தியாடா?" என மெதுவாகக் கேட்டாள். அவளின் துக்கத்தை புரிந்தவனாக தலையசைத்தேன். அவளை மெல்லச் சீண்டி, "இங்க வந்து என்ன பண்றே?" எனக்கேட்டேன். மௌனமாக, மண்ணைக் கூட்டிக் கலைத்துக் கொண்டிருந்தாள். தலைக்கு மேலாக கழுகுகள் வட்டமடித்தபடி இருந்தன. அவளைப் பார்ப்பதற்கு சங்கடமாயிருந்தது. "கஷ்டப்படாத பாட்டி" என்று கூறி, நீர் வடியும் அவள் கண்களை மெதுவாகத் துடைத்து

விட்டேன். "என் பேச்ச யாருடா கேக்கறா, எல்லாம் பணத்ததான முக்கியமா பாக்குறீங்க" என்றாள். அவள் குரலில் ஆற்றாமை படர்ந்திருந்ததை உணர முடிந்தது. வெயில் அதிகரிக்கத் தொடங்கியபோது, "வா பாட்டி போகலாம்" என்று வீட்டுக்கு அழைத்தேன்.

"எங்க"

"வீட்டுக்குத்தான்."

"போடா போக்கத்தவனே. இதாண்டா என் வீடு. இத வச்சிதாண்டா உன் தாத்தா அந்த வீட்டயே வாங்குனாரு."

"இப்ப இது நம்மளது இல்ல பாட்டி."

"ஏன்?"

"என்ன பாட்டி தெரியாத மாதிரி கேக்கற."

"இது எங்க வீட்டு நெலம்டா. உங்க பாட்டனுக்கு எங்கப்பா லட்டு மாதிரி தந்ததுடா. அத எப்படிடா விக்க மனசு வந்தது உங்க அப்பனுக்கு."

"அதுலாம் இப்ப எதுக்கு பாட்டி. நடந்தது நடந்திடுச்சி, வா போகலாம்."

"நா இங்கேயே கடந்து மண்ணோட மண்ணா மக்கறேன்டா. நீ போ."

பாட்டியின் ஆதங்கத்தை என்னால் புரிந்துகொள்ள முடிந்தது. இந்த பனந்தோப்புக்கும், பாட்டிக்கும் இடையே நிச்சயம் ஏதோ ஓர் ஆழ்ந்த பிடிப்பு இருப்பதை என்னால் உணர முடிந்தது. அதை அறிந்துகொள்வதன் மூலம் பாட்டியை இயல்பு நிலைக்கு மீட்டுவிட முடியுமென நினைத்துக்கொண்டேன். அதை பாட்டியிடமே கேட்டுத் தெரிந்துகொள்வதென முடிவு செய்து, பாட்டியை மெல்ல அணுகி, "பாட்டி, வா அந்த மரத்து கீழ உக்காருவோம்" என்றேன். அப்போது அவள் முகத்தில் ஏற்பட்ட மாற்றத்தை என்னால் அறிய முடிந்தது. என் தலையை வருடி விட்டுக்கொண்டே என்னுடன் நடக்கத் தொடங்கினாள். நடக்கையில் புழுதி மேலெழுந்து அடங்கியது. இருவரும் தென்புறம் இருந்த ஒரு பனை மரத்தின் கீழ் தோதாக அமர்ந்து

கொண்டோம். பனை மட்டைகள் காய்ந்து காற்றில் சலசலத்தபடி இருந்தன. “ஏன் பாட்டி, இந்த எடத்த வித்ததுல உனக்கு இஷ்டமில்லையா?” என மெதுவாக அவளிடம் கேட்டேன். எதுவும் பேசாமல் அவள் அமைதியாக அமர்ந்திருந்தாள். சில நிமிடங்கள் கண்களை மூடித்திறந்தபின் இடது கை ஆட்காட்டி விரலால் தனது வலது காதை துடைத்துவிட்டுக்கொண்டே “ஆமாண்டா” என்றாள். “ஏன் பாட்டி” என்று கேட்டதற்கு கண்களில் பலவித உணர்ச்சிகளைத் தேக்கியவளாக, “அது ஒரு பெரிய கதடா” என்றாள்.

பாட்டி பீடிகைகளுடன் அவளின் கடந்த காலத்திற்குள் பிரவேசிக்கத் தொடங்கினாள். அவள் கண்கள் மினுங்குவதை பார்க்க முடிந்தது. சுவாசத்தை ஒழுங்கு செய்துகொண்டே கூறத்தொடங்கினாள். “தனிக்காட்டு ராஜாவாட்டம் திரிஞ்சவர்டா எங்கப்பா. ஊர்ல அவுரு இல்லாம எந்த விசேஷமும் நடக்காது. ஊர் முக்கியஸ்தர்கள்ல அவரும் ஒருத்தர். அவுருக்கு சரின்னு பட்டாத்தான் எதையும் செய்வார். சரிவரல்லன்னு தெரிஞ்சா ஒதுங்கிடுவாரு.” நான் தலையை ஆட்டிக் கேட்டுக்கொண்டிருந்தேன். ஒரு ஜோடிக் கிளிகள் வடக்கிலிருந்து தெற்கு நோக்கிப் பறந்தன. வெற்றிலையை இடித்துப் போட்டுக்கொண்டு மீண்டும் ஆரம்பித்தாள்.

“நான் மூணாவதோ நாலாவதோ படிக்கறப்ப இங்க வந்தோம். பெரிய கீற்று வீடு. செம்மண் சுவர்தான். சும்மா ஜிலுஜிலுன்னு காத்து பிச்சிக்குனு வரும். ஒரு நாளின் முக்கால் பங்கு நேரத்தை கயிற்றுக் கட்டிலில் அமர்ந்தபடி யாருடனாவது பேசிக் கொண்டிருப்பதே அவரின் பிரதான வேலையாக இருந்தது.

கள் இறக்குற சீசன் வந்தால் எங்கயும் போகமாட்டார். பனமரம் ஏறதுலாம் அவுருக்கு சர்வ சாதாரணம். சரசரன்னு ஏறிடுவார். இருந்தாலும், கூடலூருக்கு பக்கத்திலிருந்து மரம் ஏறதுக்குனே ஒரு ஆள இட்டாந்து வச்சிருந்தார். பேரு முனியன். நேர்ல பாத்தா அசல் மதுரவீரன் செல கணக்கா இருப்பான். காலையும், மாலையும் மரத்துல ஏறி கள்ளை சேந்திக் குடுப்பதோட அவன் வேலமுடிஞ்சிடாது. இப்ப மாதிரி அப்பலாம் போத வர்றதுக்கு மாத்திரையை கலக்கமாட்டாங்க. நல்ல சுத்தமான தண்ணியைத்தான் கலப்பாங்க. சின்ன தூசி இருந்தாக்கூட, அப்பா அவன முறைப்பாரு. “நல்லா வடிகட்ட வேண்டியதுதானே, அதகாட்டியும் உனக்கு அப்படியென்ன மயிர் புடுங்கர

வேலை" என அதட்டி மொந்தையைத் தூக்கியெறிவார். அவன் பின்னந்தலைய சொறிந்துகொண்டு தலையைக் குனிந்து கொள்வான்.

சாந்திரம் ஆச்சினா போதும். அவரோட சகாக்கள்லாம் ஒன்னொன்னா வந்து கூடத்தொடங்கும். பெரிய பானை நெறைய கள்ளும், தூக்கலா காரம் போட்டு வறுத்த கருவாடும் மூக்கத் துளைக்கும். கயிற்று கட்டில்லயும் தரையிலயும் வரவங்க எல்லாரும் உக்காந்து கொண்டிருப்பாங்க. அவர் வயத ஒத்தவங்க, "டேய் வினாயகம், இதுல ஊத்துடா, அந்த கருவாட்டு தட்ட எடுடான்னு" அங்கே வார்த்தைங்க குழறும். அப்பாவைவிட சின்னவங்க, அண்ணாச்சி, அண்ணாச்சினு கூப்பிடுவாங்க. பேச்சு எங்கோ ஆரம்பிச்சி, எதிலோ போயி முடியும். அப்பா, எப்ப மொந்தய எடுக்கறாரு, வைக்கறாருன்னு யாருக்கும் தெரியாது. அவ்ளோ வேகம். இதலாம் நான் ஓரமா நின்னு பாத்துக்குனு இருப்பேன். போதை தலைக்கேறிய நிலையில் அப்பா என்ன கிட்ட கூப்பிட்டு, "செல்லம் நீயும் கொஞ்சம் சாப்பிடுடானு" சொல்வார். கள்ள போயி சாப்பிடுன்னு சொல்றார். குடின்னுதான சொல்லனும்னு நெனச்சி சிரிச்சுக்குவேன்.

அவரு சகாவுலேயே சந்தன பொட்டுக்காரர்தான் அப்பாவுக்கு நெருங்கிய தோஸ்து. அவுரு பேரே அதானா இல்ல, பொட்டு வச்சிருக்கறதால அப்பிடி கூப்பிடுறாங்களான்னு தெரியாது. நெடுநெடுவென்று வளர்ந்த தேகம். அப்பாவவிட ஒரு நாலு அஞ்சு வயிசு கம்மியா இருப்பார். கட்சி விஷயம் பேசறதுல ஆள் சூரன். தெனத்துக்கும் எதாவது அரசியலப்பத்தி புதுசு புதுசா பேசுவாரு. அப்பதான் அண்ணாதுரை கட்சி ஆரம்பிச்சிருந்தார். அண்ணாதுரை ரொம்ப அவசரப்பட்டுட்டார்னு அப்பா அடிக்கடி சொல்லிக் கொண்டிருப்பார். சந்தனபொட்டுக்காரருக்கும் அப்பாவுக்கும் அதவச்சி வாக்குவாதம் வலுக்க ஆரம்பிக்கும். "இருந்தா காங்கிரஸ்காரனா இரு. இல்லாட்டி கம்யூனிஸ்ட்டா இருன்னு" அப்பா அவருக்கு உபதேசம் செய்து கொண்டிருப்பார். "கொறஞ்சது இன்னும் அம்பது வருஷமாவது காங்கிரஸ் நம்ள ஆளனும் டோய், அப்பதான் நாடு ஒரு நெலக்கி வரும்" என அப்பா கூற, "அண்ணாச்சி நீங்க பாக்கதானே போறீங்க, இன்னும் பத்து வருஷத்துல அண்ணாதுர ஆட்சிய பிடிக்கப்போறத" என சந்தனப்பொட்டுக்காரர் சவால் விட்டு தொடையைத் தட்டிக் காட்டுவார். "அப்பிடி ஒரு சாபக்கேடு நடக்காதுன்னு நெனக்கிறேன்" என்று கூறிக்கொண்டே ஒரு

மொந்தை கள்ளை காலி செய்துவிட்டு தூவென காரித்துப்புவார். அப்பதான் கள் யாபாரம் நல்லா நடந்திச்சு. அது பெருக பெருக வீடு, தோட்டம், கிணறு, பம்பு செட்னு சொத்தும் பெருகிச்சு. நாங்கள்லாம் புதுவீடு கட்டிட்டு வந்துட்ட பிறகும் அப்பா மட்டும் நான் இங்கேயே இருந்துக்கறேன்னு சொல்லி தோப்பிலேயே இருந்திட்டார்" எனக்கூறி பாட்டி கால்களை நீட்டி அமர்ந்தபடி தன் வெற்றிலை பை எங்கிருக்கிறது என சுற்றும்முற்றும் கண்களால் துழாவினாள்.

வெற்றிலை வைத்திருந்த சுருக்குப்பையை எடுத்து அவிழ்த்து, விரல்களால் துழாவி, காய்ந்து போயிருக்கும், ஒரு வெற்றிலையை எடுத்து, அதில் சிறிய பாக்குத் துண்டை வைத்து, ஒரு நாம்பு புகையிலையைச் சேர்த்து உரலில் இட்டு இடிக்கத் தொடங்கினாள். பாட்டியின் கண்களை இந்த அளவு பிரகாசமாக நான் பார்த்ததே இல்லை. நிலத்தை சமப்படுத்துபவர்கள் வெயிலில் தீவிரத்துடன் வேலை செய்து கொண்டிருந்தனர். பீவேல முட்கள், ஆடுதொடா செடிகள் வெட்டிக் குவிக்கப்பட்டிருந்தன. வாய் சிவக்க, சிவக்க பாட்டி வெற்றிலையைப் போட்டுக்கொண்டு, கால்களை நீட்டி அமர்ந்தபோது நான் அவளிடம் கேட்டேன்: "இவ்ளோ நேரம் சொன்னதுல உங்க அம்மாவப் பத்தி எதுவும் சொல்லவேயில்லையே." சிறிது நேரம் மௌனமாக இருந்தாள். பின் "இப்ப எதுக்கு அந்த கேடுகெட்ட மூதிய பத்தி கேக்கற" என்றாள். "ஏன் பாட்டி அவங்கள அப்பிடி சொல்ற" என நான் கேட்டு முடிக்கு முன், அவளது கண்கள் கோபத்தால் சிவக்கத் தொடங்கின. அவள் உடல் மெல்ல நடுங்கிக்கொண்டிருப்பதை என்னால் காணமுடிந்தது. மெதுவாக அவள் பேச ஆரம்பித்தாள். "நானா இருந்தன்னா அவ செஞ்சதுக்கு, அவ ரெண்டு காலையும் பிடிச்சி கிழிச்சி, அதுல பழுக்க ஈயத்த காச்சி ஊத்தியிருப்பேன். ஆனா எங்கப்பா அப்பிடி எதுவும் செய்யல." வாயில் ஊறிய வெற்றிலைச் சாற்றை காரித்துப்பிவிட்டு சிறிது நேரம் கண்களை மூடி அமைதியாக இருந்தாள்.

நான் அவள் மடியில் தலைவைத்துப் படுத்துக்கொண்டேன். என் தலையை வருடிவிட்டபடியே ஆவேசம் வந்தவளைப்போல மறுபடியும் பேசத்தொடங்கினாள். "எனக்கு பதினாறு வயசு இருக்கும். அப்ப அவ அந்த மரமேறி பயலோட ஊரவிட்டு ஓடிட்டா. அவள எங்க அம்மானு சொல்லவே வாய் கூசுது. ஊரார் எவ்ளோதரம் எடுத்துச் சொல்லிக்கூட

அப்பா அவளை தேடிச் செல்வதில் ஆர்வம் காட்டவில்லை. "என்ன பிடிக்கலைன்னுதானே போயிட்டா, பின்ன ஏன் அவள போயி மீண்டும் தேடச்சொல்றீங்க" என கோபத்துடன் கேட்டு அவர்களைத் திருப்பி அனுப்பிய பிறகே அவர் சாந்தமடைந்தார். ஆனால், அவர் மனசுல எவ்ளோ புழுக்கத்தோட இருந்தார்னு எனக்கு மட்டும்தான் தெரியும்."

"உங்க அம்மா பன்னதபத்தி மட்டும் சொல்றயே, உங்க அப்பா செஞ்சதலாம் ஏன் சொல்ல மாட்ற?" என்று பாட்டியை செல்லமாகச் சீண்டினேன். இதை அவள் எதிர்பார்த்திருக்கவில்லை. ஆனாலும், "அவர் என்னடா பன்னார்?" என்று என்னைத் திருப்பிக் கேட்டாள். "எங்கிட்ட மறைக்காத பாட்டி, அம்மா எங்கிட்ட எல்லாத்தயும் சொல்லிட்டா" என்று சொன்னதுதான் தாமதம், "என்னடா சொன்னா?" என்று கேட்டவளின் குரலில் ஆவேசம் வெளிப்பட்டது. "கோனாமுட்டு பார்வதி அம்மாகூட ஒரு வழியில உனக்கு பாட்டிதான்டானு சொன்னா" என்று சட்டென்று சொன்னேன். ரகசியம் வெளிப்பட்டுவிட்டதன் துக்கம் பாட்டியின் கண்களில் மிதந்து கொண்டிருந்தது. சுருக்குப் பையை பிரித்து ஒரு நாம்பு புகையிலையை மட்டும் எடுத்து கடைவாயில் அதக்கிக்கொண்டே வானத்தை அன்னார்ந்து பார்த்தாள். நிதானமாக அவளின் வார்த்தைகள் வெளிப்படத் தொடங்கின. "அவர் ராசா கணக்கா இருப்பார்டா. மல் வேட்டி, ஜிப்பா போட்டு நடந்து வந்தா பொம்னாட்டிங்க எல்லாம் பாத்துக்குனே இருப்பாங்களாம் டா" என்று சொல்லி, வாயில் ஊறிய எச்சிலை துப்பிவிட்டு "கோனாமுட்டு ஆயாவயா உங்க அம்மா சொன்னா?" என்று கேட்டாள். நான் நிதானமாக ஆமாம் என்பது போல தலையாட்டினேன். என் கண்களை ஊடுருவிப் பார்த்தவள் மறுபடியும் பேசத் தொடங்கினாள். "பார்வதி அம்மா ரொம்ப நல்லவங்கடா. தாத்தாமேல பாசமா இருப்பாங்க. தாத்தா மனங்கோனாம பணிவிடை செய்வாங்க தெரியுமா?" என்று வார்த்தைகளை மிகக் கவனமாக அடுக்கிக் கொண்டிருந்தாள். நான் அவள் வார்த்தைகளின் மூலம் திரளும் தாத்தாவின் சித்திரத்தை மனதில் மீண்டும் மீண்டும் உருக்கூட்டி பின் கலைத்துக் கொண்டிருந்தேன்.

வெயில் சுள்ளென்று முகத்தில் அடித்துக்கொண்டிருந்தது. முகத்தைக் கையால் துடைத்துக்கொண்டு உட்கார்ந்தபடி பாட்டியையே வைத்த கண் வாங்காமல் பார்த்துக்

கொண்டிருந்தேன். காய்ந்து தொங்கிக்கொண்டிருந்த பனைமட்டையைப் பார்த்துக்கொண்டே "ஊர்க்காரங்க தாண்டா அவங்க ரெண்டு பேர பத்தியும் இல்லாததும் பொல்லாததுமா பேசி கத கட்டி விட்டாங்க. அங்க ஏன் போகனும், உன் பாட்டன் கூட, கோனாமுட்டு ஆயா மாடு ஓட்டிட்டு போச்சினா என்னை கூப்டு, அங்க பாருடி உங்க அம்மா போறாங்கனு காட்டுவாருடா" என்று சொல்லி வெற்றிலை எச்சிலை காரித்துப்பிவிட்டு வாயை முந்தானையால் துடைத்துக் கொண்டாள். "தாத்தா அப்படி சொல்லும்போது நீ எதுவும் பேச மாட்டியா?" எனக் கேட்டதும், "ஆரம்பத்துல சும்மா தமாஷ் பன்றார்னு தாண்டா இருந்தேன். அப்புறமும் திரும்பத் திரும்ப அதையே சொல்லிக் கொண்டிருந்ததால எனக்கு கோவம் பொத்துகினு வந்துச்சு, எங்க அப்பன் ஒரு ஆம்பள, அவனுக்கு ஊர சுத்தி கூத்தியாளுங்க இருப்பாங்கதான்னு கொஞ்சம் வேகமா பேசிட்டேன். அதன்பிறகு அவுரு எங்க அப்பாவ பத்தி எப்பவும் எங்கிட்ட எதுவுமே பேசினது கிடையாது" என்று சொல்லி மூச்சை நன்றாக இழுத்துவிட்டுக் கொண்டாள். அவள் உடம்பு சிலிர்த்துக் கொண்டதை உணர முடிந்தது.

"நெல் அறுப்பு முடிந்து, களத்துல இருந்து மூட்டைகளை ஏத்திட்டு வரும்போது, கோனாமுட்டாண்ட வண்டிய நிறுத்தி அவர் மனசுக்கு எத்தன மூட்டை தோனுதோ அத்தன மூட்டைய இறக்கிட்டுதான் வண்டிய வீட்டுக்கு ஓட்டி வருவார்னு அம்மா சொன்னது உண்மையா?" என்று பாட்டியிடம் மெதுவாகக் கேட்டேன். பாட்டி சற்று நேரம் யோசித்து, பதில் சொல்லத் தொடங்கினாள். "எவனுக்காகவும் பயந்து பயந்து அவரு எதுவும் செய்யலயே. ராஜா மாதிரி கார்னாங்கள் ஏரி களத்தில இருந்து வண்டி ஓட்டிக்கிட்டு வருவார். ஈஸ்வரன் கோயில் பக்கத்துல இருக்கும் கோனாமூட்டாண்ட வண்டி நிற்கும். எந்த கணக்கும் இல்லாம மூட்டைய எறக்கிட்டுதான் வீட்டுக்கு வருவார்." தன் தந்தையை அவள் விட்டுக்கொடுக்க விரும்பவில்லை என்பதை உணரமுடிந்தது. அவர் பாட்டியின் மனதில் சிம்மாசனம் இட்டு அமர்ந்திருந்தார். அவளை மேலும் சீண்டிப் பார்க்கவே என் மனம் விரும்பியது. நான் அவளிடம், "அவர் பன்னத நீங்க யாரும் எதுவும் கேட்டதே இல்லையா?" "அவுர போயி யார்ரா கேள்வி கேட்க முடியும்? கேக்கரவங்க தலையில கூழ்பானை உடையும். சருவசட்டி பறக்கும். அப்புறம் அவ்ளோதான்" என்று ஒருவித சந்தோஷத்துடன் கூறினாள். அவளின் குரலில் திமிர்த்தனம்

எட்டிப்பார்த்ததை முதன் முறையாக உணர முடிந்தது. எழுந்து சென்று சிறுநீர் கழித்துவிட்டு மீண்டும் வந்து உட்கார்ந்து என்னிடம் கூறத் தொடங்கினாள். மண்ணை ஏற்றிக்கொண்டு வாகனங்கள் வந்துகொண்டேயிருந்தன. "அவர யாரும் புரிஞ்சுக்கவேயில்லை. சிடுமூஞ்சி, முரடன்னுதான் எல்லாரும் நெனைச்சாங்க. ஏன் எங்க அம்மாகூட அவர புரிஞ்சிக்கவே இல்லயே. ஆனா பார்வதியம்மாவுக்கு தெரிஞ்சிருக்கு, அவர் நல்லவர்னு. விழுந்து விழுந்து கவனிப்பாங்கனு எல்லாரும் பேசிக்கிறத கேட்டிருக்கேன்." அவள் சொல்லிக்கொண்டு இருக்கும்போதே கண்களில் நீர் கசிந்து கொண்டிருப்பதைப் பார்க்க முடிந்தது.

"அவுங்க வீட்டுகாரரர் கூடவா எதையும் கண்டுக்காம இருந்தார்?" என்று நான் கேட்டேன். "தாத்தா அவுங்க வீட்டுக்குப் போனார்னா, பார்வதி, யார் வந்திருக்கிறது பாருனு சொல்லிட்டு, காபி கொண்டானு சொல்வாராம். கெளுத்தி மீன் வாங்கியிருக்கு. இருந்து மதியம் இங்கயே சாப்டுட்டு போங்கனு தாத்தாகிட்ட சொல்வாராம். பரவாயில்லனு சொல்லி தாத்தா கிளம்பும் போது, நான் சொன்னா கேக்க மாட்டார். நீ சொல்லு பார்வதினு கோனாமூட்டு அம்மாவிடம் சொல்வாராம்" என்று பசுமையான நினைவுகள் விழிகளில் படர அக்கதைகளை விவரித்துக் கொண்டிருந்தாள்.

மறுபடியும் ஆசுவாசப்படுத்திக்கொண்டு பேசத்தொடங்கினாள்: "எத சொல்றது எத விடறதுனு தெரியல டா. அவ்ளோ சங்கதிங்க இருக்கு. எங்க கல்யாணத்துக்குகூட பார்வதியம்மாவும் கோனாமூட்டு அய்யாவுந்தான் பாதபூஜை பன்னிக்கினாங்க தெரியுமா" என்று சொல்லிக்கொண்டே பாட்டி அந்தக் காலங்களில் உழன்றுகொண்டிருந்ததை உணர முடிந்தது. "என்ன யோசிக்கறே?" என்று அவளைக் கேட்டு அவளின் சிந்தனையைக் கலைத்தேன். "அந்த ஆயா பொண்ணுக்கு உங்க அப்பாதான் நகைலாம் போட்டு கல்யாணம் செஞ்சி வச்சாராமே?" என்று அவளிடம் கேட்டேன். அதற்கு ஆமாம் என்பதுபோல தலையாட்டிவிட்டு, "அவர் போட்ட நகைக்கு மேல தாத்தா கோர்ட் செலவுக்காக அந்தம்மா செஞ்சாடா" என்று கூறிக்கொண்டிருக்கும்போதே அவளின் விழிகளில் நீர் திரண்டு, எந்த நேரமும் அவள் அழக்கூடும் என்று தோன்றியது.

“எனக்கு எதுவுமே புரியல பாட்டி” என்று அவளைப்பார்த்துச் சொன்னேன். “இதல ஆச்சரியப்பட என்ன இருக்கு?. தாத்தாவுக்கும் அவுங்களுக்கும் எடையில இருந்த உறவை பார்வதி அம்மா வீட்டுக்காரர் ரொம்ப மதிச்சு நடந்துவாரம் டா” என்று சொன்னவள், வெற்றிலையை உரலில் போட்டு இடிக்க தொடங்கினாள். வானத்தில் பறவைகள் வட்டமடித்துக் கொண்டிருந்தன.

அவர்களுக்கு இடையில் இருந்த உறவை என்னால் தெளிவாகப் புரிந்துகொள்ள முடிந்தது. ஏன் பார்வதி அம்மா வீட்டுக்காரர் எதையும் கண்டுக்கொள்ளாமல் விட்டார் என்று எனக்குப் புரியவே இல்லை. எது அவரைத் தடுத்திருக்கும் என்றும் யோசித்துப் பார்த்தேன். எந்த முடிவுக்கும் வரமுடியாமல் இருந்தது. பாட்டியின் அப்பா நல்லவரா இல்லையா எனும் கேள்வி என் மனதில் கடும் இருட்டைப்போல அடர்த்தியாகத் திரண்டு கொண்டிருந்தது. பாட்டி ஏன் அவர்களை விட்டுக்கொடுக்க மறுக்கிறாள் என்று புரியவில்லை. தன் அம்மாவின் பேச்சை எடுத்தாலே மிகவும் அசிங்கமான வார்த்தைகளைப் பயன்படுத்தும் இவள், தன் தந்தையின் செயலை ஏன் நியாயப்படுத்துகிறாள் என்று புரிந்துகொள்ள முடியவில்லை. ஏன் ஒரே செயலின் முகத்தை இவள் இரண்டு விதமாகப் பார்க்கிறாள் என்பதை என்னால் விளங்கிக் கொள்ளவே முடியவில்லை. “உன் அப்பா பன்னாத தப்பயா உங்க அம்மா பன்னிட்டா?” என்று பாட்டியிடம் கேட்க மனது துடித்தது. அவளை சங்கடப்படுத்த வேண்டாம் என்று நினைத்து அமைதியாக இருந்துவிட்டேன். பாட்டி வெற்றிலை இடித்தபடியே கால்களை நீட்டி உட்கார்ந்து கொண்டாள்.

பாட்டி மூச்சை இழுத்து விட்டுக்கொண்டு, வெற்றிலைச்சாறைத் துப்பிவிட்டு, “அவ கெடக்கறாடா நாதாறி. இப்ப எதுக்கு அவள ஞாபகப்படுத்துற” எனக் கூறிக்கொண்டே, கரண்டவத்தை திறந்து இன்னும் கொஞ்சம் சுண்ணாம்பை எடுத்துப் போட்டுக்கொண்டாள்.

“ஒரு தரம் அடுக்கம் ஆஸ்பத்திரியை தெறந்து வைக்க இந்தராகாந்தி இங்க வந்தாங்க. அவங்க எலிகாப்டர் இறங்கறதுக்கு எடமில்லைன்னு, அப்பாகிட்ட வந்து, “இந்த பனந்தோப்ப பயன்படுத்திக்கலாமா” என ஜில்லாபோர்டு தலைவர் கேட்டார். அப்பாவுக்கு ஜிவ்வென கோபம்

கொப்பளித்துக்கொண்டு வந்தது. "இங்கிருந்து போயிருங்க தலைவரே, எனக்கு கெட்ட கோபம் வரும். எவளோ வந்து ஏறங்கறத்துக்கு தோப்ப அழிக்கனுமாக்கும்" என படபடவென பொறிந்து தள்ளினார். "காங்ரஸ்காரனா இருந்துகினு நீயே இப்படி பேசலாமா வினாயகம்?" என அவர் கேட்க, "காங்ரஸ்காரன்னா எல்லா கருமாந்திரத்தையும் செஞ்சாவனும்னு சட்டமா என்ன?" என்று முகத்திலடித்த மாதிரி பேசி அனுப்பிய அப்பாவை காங்கிரஸ் பிரமுகர்கள் ரொம்ப காலத்துக்கு திட்டிக் கொண்டிருந்தனர்.

அதே காலகட்டத்துலதான் அவர் ஊர் ஊரா செல்ல ஆரம்பித்திருந்தார். சந்த குத்துவ, சாராய குத்துவனு ஏலம் எங்க நடந்தாலும் போய் ஏலம் எடுக்க ஆரம்பித்தார். சங்கீதமங்களம், அனந்தபுரம், மணலூர்ப்பேட்டை, திருக்கோயிலூர், முகையூர் என அஞ்சி ஆறு ஊர்ல சாராய கட எடுத்து நடத்தத் தொடங்கினார். ஒவ்வொரு ஊர்லயும் ஆட்களை போட்டு நடத்தனதுல ஏகப்பட்ட நஷ்டம். அவரோட பிடிவாதத்தால யார் சொல்றதையும் கேக்காம மேல மேல ஏலம் எடுத்துக்கினே இருந்தார். ஊர் ஊரா சுத்த ஆரம்பிச்ச அதேவேகத்துல பணம் கரைய ஆரம்பிச்சது. அமைதியான முகம் மாறி எந்நேரமும் உர்ரென்று முகத்தை வச்சிருக்கும் அப்பா எனக்கு வித்தியாசமா தெரிஞ்சார். சாப்பாட்டுல உப்பு கொஞ்சம் கொறச்சலா இருக்கும். அதுக்குப் போயி சட்டிய தூக்கிபோட்டு ஒடைப்பாரு. எனக்கு அவரப்பாக்க பாவமா இருக்கும். எப்படி இருந்த மனுசன் இப்படி ஆயிட்டாரேன்னு தோனும். நானும் அவர்கிட்ட கேட்காமலில்லை. அதுக்கு அவுரு, "எல்லாம் நா பாத்து சம்பாதிச்சதுதானே மா" என விரக்தியாக திருப்பிக் கேட்பார். பாட்டத் தெருவுல இருந்த வூடும், இருளபாளையத்து கிட்ட இருந்த அஞ்சி காணி நெலத்தையும் சந்தனபொட்டுக்காரர் பாக்கிக்கு நேர்செய்து விடும்படியான இக்கட்டு வந்ததும், அவர்களுக்கே அதை எழுதிக் கொடுத்துவிட்டார்.

அப்பதான் 1967 பொது எலக்ஷன் வந்திச்சு. அப்பா காங்கிரசுக்காக முகையூர் தொகுதி முழுக்க பம்பரமா சுத்தி வேல செஞ்சார். நாகூட அவர்ட்ட கேட்டேன்: "நாடே அண்ணாதுர பின்னாடி நிக்குது. நீங்க என்னன்னா காங்கிரச கட்டிக்குனு மாரடிக்கிறீங்களே." அவர் என்னிடம், "ஒனக்கு அதுலாம் புரியாதும்மா. திமுக காரனுக்கு மேடையில நல்லா வசனம் பேசத்தான் தெரியும். அவுங்களால மக்களுக்கு எதுவும்

செஞ்சிட முடியாதும்மா. மொழிய வச்சி எத்தினி நாளக்கிமா மக்கள ஏமாத்திகினு இருக்க முடியும்" எனக் கேட்டு மூச்சை இழுத்து விட்டுக் கொள்வார். அப்பலாம் அவர் சொல்றது எனக்கு அவ்வளவா புரியாது. தேர்தல் நடந்தது. திமுக ஜெயிச்சி அண்ணாதுர முதல்வரா ஆனார். நம்ப தொகுதியில ஜெயிச்ச கோவிந்தசாமிகூட மந்திரியானார். ஜீவானந்தம், பெரியாரு அப்புறம் காமராஜரைத்தான் கடேசி வரைக்கும் அப்பா தலைவரா நெனச்சிகினு இருந்தார். "தமிழ்நாட்டுல தலைவர்னா அந்த மூனு பேருதாமா, வேற யாரையாவது நாம தலைவருன்னு சொன்னா அந்த மூனுபேரையும் அசிங்கப்படுத்தரதா அர்த்தமாயிடும்" என என்னிடம் அடிக்கடி கூறிக்கொண்டிருப்பார். அண்ணாதுர முதல்வரான பெறவு அவர் யார்கூடயும் அரசியல பத்தி பேசவேயில்லை.

அந்த வருஷத்து கோடை காலம் தொடங்கியபோது ஒரு பெருஞ்சோதனையை சந்திக்க வேண்டியிருந்தது. அன்னக்கி ஊர்ல பங்குனி உத்திரம். காவடியும் கரகமும் ஊர சுத்தி வந்து கொண்டிருந்தது. வேல் எடுத்துக்குனு கரகத்துக்கு முன்னாடி அப்பா நடந்து போயிக்கினு இருந்தார். அப்ப தோப்புல வேல செய்ற காத்தமுத்து ஓடியாந்து, "கள்ளுல யாரோ வெஷத்தை கலக்கிட்டாங்க, அதக்குடிச்ச ஏழெட்டு பேரு ரொம்ப சீரிசா கெடக்காங்க" என சொன்னதுதான் தாமதம், அப்பா வேல யார்ட்டயோ கொடுத்திட்டு தலைதெறிக்க தோப்ப நோக்கி ஓடினார். அதுக்குள்ள ஊருக்குள்ள சேதி பரவி கூட்டம் கூடிடுச்சி. நான் மண்ல உழுந்து புரண்டேன். அப்பா பிரம்ம புடிச்ச மாதிரி உக்கார்ந்துட்டாரு. மணி ஆவ ஆவ பயம் கூடிக்கினே இருந்துச்சு. ஏழு, ஒம்பது, ஒம்பதிலிருந்து பதிமூனா ஆச்சு செத்தவங்க எண்ணிக்க. அரகண்டநல்லூர்ல இருந்து போலீஸ் வந்துச்சி. அப்பாவையும் காத்தமுத்துவையும் கூட்டுகினு போயி ஜெயில்ல அடைச்சாங்க. நான் யார் யார்கிட்டயோ நடந்து பார்த்தேன். அவுங்க கூட்டாளிங்க யாரும், எதுவும் செய்யல. சந்தனபொட்டுக்காரர், "உங்க அப்பன் பொழைக்கத் தெரியாதவன் மா" என்றார். அண்ணாச்சி, அண்ணாச்சினு கொழையரவர், அவன் இவன்னு பேசினது எனக்கு கஷ்டமா இருந்திச்சி. கள்ளக்குறிச்சி கோர்ட்லதான் கேஸ் நடந்திச்சி. பனந்தோப்ப தவிர எல்லாத்தயும் வித்து, கேச நடத்தியும் அப்பாவ வெளிய கொண்டார முடியல. ஏழு வருஷம் தீர்ப்பாச்சி. வேலூர் ஜெயில்ல போட்டாங்க. எத்தன ராத்திரி அழுதிருப்பேன்

தெரியுமா?" என பாட்டி சொல்லும்போது அவளது கண்களில் இருந்து கண்ணீர் தாரைதாரையாக பெருக்கெடுத்தபடி இருந்தது. அவளது கைகள் மெல்ல நடுங்கின. குரலில் தடுமாற்றம். என்னால் அவளின் துயரத்தைப் புரிந்துகொள்ள முடிந்தது. நீண்ட மூச்சை இழுத்துவிட்டபடி அவள் மறுபடியும் பேசத்தொடங்கினாள்: "எடை எடையில நா போயி பார்ப்பேன். அப்படி போயி பாத்தப்ப ஒருதடவை அவருகிட்ட, ஏம்பா, அந்த பனமரங்கள வெட்டிடவானு" கேட்டேன். "எவனோ செஞ்ச தப்புக்கு அந்த மரங்கள ஏம்மா வெட்டனும்?" என என்னையே திருப்பிக் கேட்டார். பாட்டி மரத்தில் சாய்ந்து அமர்ந்துகொண்டு உதட்டைக் குவித்து வெற்றிலைச் சாறைத் துப்பினாள். அவளிடம் கேட்டேன்: "எப்ப பாட்டி உனக்கு கல்யாணம் ஆச்சி?" அதற்கு அவள், "இனிமே நீ தனியா இருக்கக்கூடாதும்மா" என சொல்லி அவர் ஜெயில்ல இருக்கறப்பவே கல்யாணத்த நடத்தி வெச்சார். யாரயும் கூப்பிடல. சாதாரணமா திருணாமலைக்குப் போயி கல்யாணம் செஞ்சிக்கிட்டோம். அப்பவே அந்த நெலத்தயும் தோப்பையும் உன் பாட்டன் பேருக்கு மாத்தி எழுதிட்டார். "எம் பொண்ணு கல்யாணத்த எப்படி எப்படியோ நடத்துனும்னு நெனச்சேன். எதுவும் முடியாம போச்சு. அவள கடசி வரைக்கும் கண் கலங்காம பாத்துக்குப்பா" என்றார். ஜெயில்ல இருந்து வெளியே வந்தவர் அதன் பிறகு ஒரு நடபிணமாகவே வாழ்ந்து கொண்டிருந்தார். பனந்தோப்பிலேயே சதா சர்வகாலமும் இருக்கத் தொடங்கினார். வீடு கடல் மாதிரி கெடக்கு அங்க வந்துடேன் பா என்று பல தடவை கெஞ்சிருக்கேன். மவராசன் மொகத்துல ஒரு சிரிப்பு மட்டும்தான் பதிலா வரும். அதன் பிறகு அவருக்கு யாருகூடயும் பேச விருப்பம் இல்லாம போச்சு. அவ்வப்போது சாப்பாடு மட்டும் கொடுத்தனுப்புவேன். கொஞ்ச நாள்ல உடம்பு சொகமில்லாம எறந்திட்டாரு" என சொல்லி பாட்டி கண்களைத் துடைத்துக்கொண்டாள். அவளது கண்களில் இன்னும் சொல்லப்படாத துக்கங்களின் அதிர்வுகள் மிதந்தபடியே இருந்தன.

காய்ந்து தொங்கிய பனை மட்டைகள் அதிக சத்தத்தை ஏற்படுத்தியபடி இருந்தன. வெயில் உக்கிரம்கூடி இருந்தது. தகிக்கும் அனலில் ஆட்கள் நிலத்தைச் சமப்படுத்திக் கொண்டிருந்தனர். நான் பாட்டியிடம், "பாட்டி, பனந்தோப்ப எதுவும் பன்னாம நான் பாத்துக்கறேன், வா வீட்டுக்குப் போலாம்" என்றேன். என்னால் எதுவும் செய்துவிடமுடியாது

என்பது எனக்குத் தெரிந்தே இருந்தது. இருந்தாலும் எனக்கு வேறு வழி தெரியவில்லை. என்னை ஊடுருவிப் பார்த்தவள், "நெஜமாவா சொல்ற?" என்றாள். ஆமாம் என தலையசைத்தேன். அவளின் துக்கத்தைப் பகிர்ந்து கொண்டவன் என்ற முறையில், என் மேல் அவளுக்கு ஓரளவு நம்பிக்கை ஏற்பட்டிருந்ததை என்னால் உணர முடிந்தது. என் கையைப் பற்றியபடி எழுந்து நின்றவள், ஒரு முறை சுற்றுமுற்றும் பார்த்தாள். "நம்ம கைல என்ன இருக்குது. எல்லாம் அவன் கைல இருக்குது" எனக்கூறி என்னுடன் நடக்கத் தொடங்கினாள். அவள் காதிலிருந்த சிவப்புக்கல் அரக்குத் தோடு அப்படியும் இப்படியுமாக ஆடிக்கொண்டிருந்தது.

ஒரு வாரம் கடந்திருக்கும். அந்தி சாயும் நேரம். நானும், பாட்டியும் திண்ணையில் அமர்ந்துகொண்டிருந்தோம். மேய்ச்சலுக்குச் சென்ற மாடுகள் திரும்பிக் கொண்டிருந்தன. புது வீட்டு அஞ்சலை புல்கட்டைச் சுமந்தபடி எங்களைக் கடந்து சென்றாள். அப்போது அதிக ஒலி எழுப்பிக்கொண்டு மூன்று லாரிகள் எங்கள் வீட்டு சந்துப் பக்கம் திரும்பின. நான் ஓடிச்சென்று சந்தை அடைத்திருந்த படலை அகற்றி லாரிகளுக்கு வழியேற்படுத்திக் கொடுத்தேன். என்னைக் கடந்து அவை தோட்டத்திற்குள் செல்லும்போது கவனித்தேன். லாரி முழுக்க நன்கு மழிக்கப்பட்ட கரிய பனைமரங்கள் அடுக்கப்பட்டு இருந்தன. ஒவ்வொரு மரமாக இறக்கி, மாட்டுக் கொட்டகையின் ஓரத்தில் அடுக்கிக் கொண்டிருந்தனர். இதற்குள் பாட்டியும் அங்கு வந்துவிட்டாள். மரங்கள் அடுக்கப்படுவதை வெறித்தபடி பார்த்துக் கொண்டிருந்தாள். நான் அவளைப் பார்த்து விடாதபடிக்கு தலையை அந்தப்பக்கம் திருப்பிக்கொண்டேன். மரங்களை அடுக்கிவிட்டு லாரிகள் திரும்பிய பின் பாட்டி என் அருகில் வந்து "நீயுமா?" என்றாள். அவள் வார்த்தைகளை சுலபத்தில் என்னால் உள்வாங்கிக்கொள்ள முடியவில்லை. தலைகுனிந்து நின்றேன். அவளிடம் பேச நா எழவில்லை. என்னை அலட்சியத்துடன் பார்த்தபடி அவள் மெல்ல என்னைக் கடந்து சென்றாள்.

நீண்ட நேரமாகியும் அன்றிரவு அவள் சாப்பிடுவதற்கு வராமல் இருந்தாள். அப்பா சென்று கூப்பிட்டதற்கு, "எனக்கு வேண்டாம் டா" எனும் வார்த்தைகளே பதிலாக வந்தது. அம்மா என்னைப் போய் பாட்டியைக் கூப்பிடச் சொன்னாள். அவளிடம் எந்த முகத்துடன் செல்வது என்ற தயக்கம் என்னை சங்கடப்படுத்தியது.

பின், மெல்ல அவளருகில் சென்று “பாட்டி, வா சாப்பிடலாம்” என்றேன். அவளிடமிருந்து எந்தப் பதிலும் வரவில்லை. வீதியைப் பார்த்தபடி அமர்ந்து, கண்ணீர் சிந்திக்கொண்டு இருந்தாள். என்னைப் பார்க்ககூட அவள் விரும்பவில்லை எனப் புரிந்தது. நேரம் கடந்து கொண்டிருந்தது. உள்ளிருந்து அம்மா சாப்பிட அழைத்துக் கொண்டேயிருந்தாள். விடிந்தால் இயல்பாகி விடுவாள் என நினைத்தபடி, நான் சாப்பிட்டுவிட்டு உறங்கச் சென்றுவிட்டேன். நெடுநேரம் எனக்கு உறக்கம் வரவில்லை. புரண்டு புரண்டு படுத்துக்கொண்டிருந்தேன். எப்போது தூங்கினேன் எனத் தெரியவில்லை.

அடுத்து வந்த நான்கு நாட்களும் இப்படியேதான் கழிந்து கொண்டிருந்தது. பாட்டி தன் வார்த்தைகள் மொத்தத்தையும் தனக்குள்ளாகவே இறுத்திக்கொண்டாள். மோட்டுவலையைப் பார்த்தபடியே திண்ணையில் படுத்தபடி இருந்தாள். மூன்றாம் நாளில் அவளின் வைராக்கியம் எனக்கு பீதியேற்படுத்துவதாக இருந்தது. திண்ணையிலேயே கிடந்தவளைத் தூக்கிக் கொண்டுபோய் அவள் அறையில் சுலபத்தில் படுக்கவைக்க முடியவில்லை. உள்ளே வருவதற்கு அவள் விரும்பவே இல்லை என தெளிவாக உணர முடிந்தது.

“டேய் எழுந்திருடா, எழுந்திருடா” என்று எழுப்பி, “பாட்டி செத்துருச்சிடா” என அம்மா கூறியபோது என்னுள் மின்சாரம் பாய்ந்ததைப் போன்று இருந்தது. மெல்ல உடல் நடுங்க ஆரம்பித்தது. கண்கள் இருண்டன. என்னையுமறியாமல் மெல்ல நடந்து அவளின் அறையை அடைந்தேன். சுற்றி அப்பா, தங்கை இன்னும் இரண்டு பேர் நின்றுகொண்டிருந்தனர். அவர்களுக்கு நடுவில் கைகளைப் பக்கவாட்டில் நீட்டியபடி, புயற்காற்றில் வேரோடு பிடிங்கி எறியப்பட்ட பனைமரத்தைப்போல பாட்டி இறந்துகிடந்தாள். அவள் தலை மாட்டில் எரிந்து கொண்டிருந்த விளக்கின் சுடர் காற்றின் திசையில் ஆடிக்கொண்டிருந்தது.

• • •

புலிப்பானி ஜோதிடர்

இலைக்கட்டை கொண்டுவந்து கீழே வைத்தபோது எல்லோரும் கும்பல் கும்பலாக நின்று பேசிக்கொண்டிருந்தனர். வெளியில் வெப்பம் தகித்தது. பகல் விரிவு கொள்ளத் தொடங்கியதுமே வெப்பத்தின் தாக்கம் உக்கிரமாக வெளிப்பட ஆரம்பித்து விடுகிறது. தோட்டத்தை அடைத்தபடி கொட்டாரப் பந்தல் போடப்பட்டிருந்ததால் உள்ளே அனலின் தாக்கம் மட்டுப்பட்டிருந்தது. பெரிய பெரிய அண்டாக்களில் சாதத்தை வடித்து, கீழண்ட அறையில், வைக்கோல் மேல் பரப்பப்பட்டிருந்த காடாத்துணி மீது கொட்டி, ஆற வைத்திருந்தனர். சமையல்காரர்கள் அங்கும் இங்கும் நடந்துகொண்டிருந்தனர். திருபுவனத்திலிருந்து அழைத்து வரப்பட்டவர்கள். தாத்தாவிற்கு வேண்டப்பட்டவர்கள் என்பதால் அவர்களே தொடர்ந்து வரவழைக்கப்பட்டார்கள். நல்ல கை பக்குவம். சுவைபடச் சமைப்பதில் திறமை கூடியவர்கள். சந்தவாசலிலிருந்து பூக்கூடைகள் வந்து சேருவது வழக்கம். பூக்கட்டுபவர்கள் வேட்டவலத்துக்காரர்கள். தண்டமாலை கட்டுபவர் மட்டும் தனியாக சுவாமிமலையிலிருந்து அழைத்து வரப்படுவார். அவரவர் வேலைகள் கனகச்சிதமாக நடந்து கொண்டிருக்கும். முதல் தினமே வந்து சேரும் பூக்கூடைகளை ரோட்டிலிருந்து வீட்டிற்குக் கொண்டுவருவது என்னுடைய பொறுப்பு.

தீபாவளிக்கு ஊருக்கு வருபவர்கள், இருந்து சூரசம்கார விழாவைக் கண்டு களித்துவிட்டுச் செல்வது வாடிக்கை. திருவிழா பத்து நாட்கள் வரை நீளும். தாத்தா வீட்டுத் திருவிழா நான்காவது நாள். வீட்டில் இந்தப் பத்து நாட்களும் ஒரே கூச்சல், கும்மாளம் தான். குழந்தைகள் அங்கும் இங்கும் ஓடிப்பிடித்து விளையாடியபடியிருப்பார்கள். உறவினர்கள் தவிர, தாத்தாவிற்குத் தெரிந்தவர்கள் நிறைய பேர் வருவது வழக்கம். ஒவ்வொருவரையும் உபசரிப்பதன் அவசியத்தை தாத்தாவைப் பார்த்தே நாங்கள் கற்றுக்கொண்டோம். வீடு ரெண்டு கட்டடமாக இருக்கும். முதல் பாகம் மெத்தைக் கட்டடமாகவும், அதைத் தொடர்ந்து சீமை ஓடு வேயப்பட்டதாகவும் இருக்கும். திருவிழாவிற்கு முதல் நாள் இரவு யாரும் அனேகமாக தூங்குவது கிடையாது. சிறுவர்கள் மட்டும் உறங்கியபடியிருப்பார்கள். பெரியவர்கள் கால்களை நீட்டியபடி கதைபேசிக்கொண்டு காய்கறிகளை நறுக்கிக் கொண்டிருப்பார்கள். ஆயா ஒரு ஓரத்தில் அமர்ந்து, வெற்றிலையை மடக்கி தன் வாயில் வைத்தபடி, ஏதாவது பழங்கதையை பேசிக்கொண்டிருப்பார்கள். தோட்டத்துப் பந்தலில், சமையல்காரர்கள் சிறிய ஸ்டூலில் அமர்ந்து ஜாங்கிரி பிழிந்து கொண்டிருப்பார்கள். சிவன் கோயிலில் தர்மபுரம் சுவாமிநாதனோ, மழையூர் சதாசிவமோ பாடிய ஒலி நாடா ஒலித்துக் கொண்டிருக்கும்.

“டேய், அங்கயே ஏன் மாடு மாதிரி நிக்கிற” எனும் மாமாவின் குரல் என்னை பழைய நினைவுகளிலிருந்து மீளச்செய்யும்விதமாக இருந்தது. விழுப்புரத்துச் சித்திபையன் எதையோ தூக்கிக்கொண்டு வேகமாக தெருப்பக்கம் ஓடினான். நடுக்கூடத்தை கடந்து நான் தோட்டத்திற்குச் சென்றேன். அங்கு கிழக்கில் இருந்த கிணற்றடியில் அம்மாவும் ஆயாவும் பேசிக்கொண்டிருப்பதைக்கண்டு அவர்கள் அருகில் சென்றேன். நான் வருவதைக் கண்டதும் அவர்கள் பேச்சை நிறுத்திவிட்டு பாத்திரம் துலக்குவதில் மும்முரமானார்கள். நான் உளறுவாய் என்பதும், என்னிடம் எதைச் சொன்னாலும் அது தங்காது என்பதும் அம்மாவின் திடமான எண்ணம். நான் அருகில் சென்று பேச்சுக் கொடுத்தேன்.

“என்னம்மா, எல்லோரும் கும்ப கும்பலா நின்னு பேசிக்கிறாங்க?”

“ஒன்னுமில்லைடா.”

அதற்குள் மாமா அந்தப்பக்கமாக வர, அம்மா பாத்திரங்களை தண்ணீரில் அலசி எடுத்துக்கொண்டு உள்ளே சென்றுவிட்டாள். நான் குள்ளோண்டு ஆயாவைத் தொடர்ந்து நச்சரிக்கத் தொடங்கினேன்.

“ஆயா, நீயாவது சொல்லு.”

“ஒங்க தாத்தா வந்துட்டு போனாறான்டா.”

“யார் கனவுல.”

“போடா போக்கத்தவனே, கனவுல இல்லடா, நெஜத்துல.”

“என்ன பாட்டி ஒளர்ற.”

“நானா ஒளர்றன், அங்க போயிபாரு, உங்க தாத்தா காலடி அவ்ளோ துல்லியமா பதிஞ்சிருக்குது.”

“எங்க.”

“சமையக் கொட்டாயில.”

குள்ளோண்டு ஆயா கூறியதும் எனது நினைவு அடுக்குகள் மெல்ல விரிவடைய ஆரம்பித்தன. ‘புலிப்பானி ஜோதிடர் இல்லம்’ என பொறிந்திருந்த, வண்ணம் மங்கிய தாத்தாவின் வீடு எனது மனதில் அலையடித்தபடி இருந்தது. தாத்தாவைப் பற்றிய மங்கலான சித்திரம் ஒன்று என் மனதில் உருக்கொள்ளத் தொடங்கியது. அவரின் வாழ்வை ஒட்டுமொத்தமாக யோசிப்பதென்பது மலையைக் கெல்லி எலி பிடிப்பதற்கொப்பானதாகும். அந்த அளவிற்கு நீள அகலங்களைக் கொண்டது அவரது வாழ்க்கை. நான் அறிந்த வரையில், அவர் இயல்பை மீறிய வாழ்க்கையையே வாழ்ந்ததாகத் தோன்றுகிறது. நான் அது குறித்து எப்போதாவது கேட்டால், பதில் ஏதும் அளிக்காமல் மென்மையான ஒரு சிரிப்பை மட்டும் உதிர்த்து விடுவதை வழக்கமாக்கிக் கொண்டிருந்தார்.

பாட்டியின் மூலமாகத்தான் அவரது இளம் வயது வாழ்க்கைச் சிக்கல்களை அறிய முடிந்தது. ஒரு பிச்சைக்காரனுக்கு ஒப்பானதொரு வாழ்க்கையை அவர் வாழ்ந்து பார்த்திருக்கிறாரென்றும், அவரது பெற்றோர்கள் இறந்தபிறகு ஒரு நாடோடியைப் போல் திரிந்திருக்கிறார் என்பதையும்

உறவினர்கள் சொல்லக் கேட்டிருக்கிறேன். பிறகு, பல வீடுகளில் கூலி வேலை செய்து ஜீவனம் நடத்தி வந்ததாகவும், அப்போது கூனமுட்டு வைதேகியின் கர்ப்பத்துக்கு இவர்தான் காரணம் எனக்கூறி சிவன் கோயில் எதிரில் உள்ள கல்தூணில் கட்டிவைத்து அடித்ததாகவும், அன்று இரவே திருவிதாங்கூர் சென்றவர் மந்திரங்களைக் கற்றுக்கொண்டதாகவும் ஒரு செய்தி உலவியதாக பாட்டி கூறும்போது அவளது கண்களில் நீர் திரள்வதைப் பார்க்க ஒரு மாதிரியாக இருக்கும். அவள் கன்னங்களில் மெல்லிய கோடுகள் ஏறி இறங்குவதைக் காணமுடியும். உணர்ச்சிவசப்படும்போதெல்லாம் தாத்தா எங்களிடம் சொல்லுவார். அப்போது அவரின் காது மடல்கள் துடிப்பதைக் காணமுடியும்.

"சாமி சாமின்னு இப்பதான் எழையரானுவ. சின்ன வயசுல ஒரு டம்ளர் தண்ணிக்கு நாதியத்து கிடந்தப்ப எவனும் கண்டுகினது இல்ல. வாங்க வந்து வடம்புடிச்சு குடுங்கன்னு கேக்கற இதே பாளத்தார்தான் அப்ப என்ன ஓடஓட அடிச்சு வெரட்டனாரு. செங்குறிச்சார் வீட்டு மாட்டு கொட்டாயில எத்தன ராத்திரி தூங்கியிருப்பேன் தெரியுமா?" தாத்தா இதுமாதிரி பேசும்போது பாட்டியின் கண்கள் குளமாகிவிடும். பெரியம்மா, சித்தி, அம்மா ஆகியோர் விசும்பத் தொடங்குவர். ஓர் இறுக்கமான சூழல் நீடித்தபடியிருக்கும். தாத்தா இடுப்பு மடிப்பில் வைத்திருக்கும் பொடி டப்பியை எடுத்து லாவகத்தோடு தட்டித் திறந்து, ஒரு சிட்டிகை பொடியை எடுத்து, போட்டுக்கொண்டு தும்முவார். அவரது தும்மலை நாங்கள் எதிர்பார்த்தபடியிருப்போம். தனது தாடி மீசையை கோதிக்கொண்டு பேச எத்தனிக்கும் அவரை இடைமறித்து அம்மா பேசுவாள்.

"போதும்பா, போயி படுங்க."

"நா இருக்கறப்பவே சொன்னாதான்... எனக்கு பின்னாடி எங்கதைய யார் வந்து சொல்லுவா."

"உங்க பசங்களும், பேரப்பசங்களும் கண்டிப்பா சொல்லுவாங்கப்பா."

"சாவாம மூச்சோட இருந்தா பாக்கத்தான போறன்." எனக் கூறிக்கொண்டே அவர் படுக்கையை தயார் செய்யத் தொடங்கும்போது நாங்கள்சென்று தூங்க ஆரம்பித்திருப்போம்.

நாங்களெல்லாம் தூங்கிய பிறகுதான் பாட்டி உறங்கச் செல்வது வழக்கம்.

பல்வேறுபட்ட தருணங்கள் மூலமாகத்தான் தாத்தாவின் வாழ்க்கையை உணரமுடிந்தது. எதேச்சையாக நிகழும் அவற்றை, சற்று கவனத்தோடு இருந்தாலொழிய அணுகமுடியாது. நெருக்கடியான நேரங்களில், நீண்டபடியிருக்கும் இரவுகளில் தன்னந்தனியே மொட்டை மாடியில் அமர்ந்து அவர் மது அருந்துவதைப் பார்த்திருக்கிறேன். யாரும் அது குறித்து அவரிடம் கேட்கமுடியாது தவித்தபோது நான் மட்டும் விளையாட்டாகக் கேட்க அவர் சொன்னார்.

“குடிக்கறது தப்பான பழக்கமான்னு தெரியல, செதைஞ்சு கிடைக்கிற மனச அமைதிப்படுத்தறதா ஒரு நெனப்பு. அதாலதான் குடிக்க ஆரம்பிக்கறோம். கடைசியில அதோட பிடியில சிக்க வேண்டியிருக்கு. யாரு வாழ்க்கையை முழுசா வாழ்ந்து பார்க்குறா? அவங்களுக்காக யாருமே வாழறது கெடையாது. பக்கத்துவீட்டுக்காரனுக்காக எவ்ளோ நாள் வாழறது. ஒரே அலுப்பா இருக்குடா. எனக்கு இப்ப கெடைக்கிற மரியாதய பாத்தா ஒரு விதத்துல பயமா இருக்குது. இன்னொரு விதத்துல அது சரின்னுதான் தோணுது.”

என்னால் எதையும் புரிந்துகொள்ள முடியவில்லை. அதையெல்லாம் உணரக்கூடிய வயதும் இல்லை. ஒரு புட்டியைத் திறந்து கண்ணாடிக் கோப்பையில் மெல்ல மதுவை ஊற்றுவார். அந்த புட்டி பார்ப்பதற்கு அவ்வளவு அழகாக இருக்கும். வளைந்து, நெளிந்து காணப்படும் கண்ணாடி புட்டியை அதுவரை நான் கண்டதில்லை. கோப்பையில் அளவாகத் தண்ணீர் கலந்து, மெல்ல எடுத்து உறிஞ்சும்போது அவரிடம் எந்தவித பதட்டத்தையும் காணமுடியாது. ஆனால் அப்பாவும் சித்தப்பாவும் இதுமாதிரி அமைதியாகக் குடித்து நான் கண்டதில்லை. சித்திக்கு தலைப்பிரசவம் ஆனபோது தாத்தா யாரும் அறியாதபடி மதுவை ஊற்றி சித்திக்குக் கொடுத்ததை நான் மட்டும் கவனித்துக் கொண்டிருந்தேன். அதைப்பற்றி அவ்வப்போது சித்தியிடம் கிண்டலுடன் கேட்பேன்.

“சித்தி நீயுந்தான குடிச்ச.”

“போடா தடியா.”

உதட்டைக்கடித்தபடி சித்தி என்னை விரட்டுவாள். அதைக் கண்டு எல்லோரும் சிரிப்பார்கள். சிறுவர்கள் ஏதும் புரியாமல் வேடிக்கைப் பார்த்துக் கொண்டிருப்பார்கள்.

வாரத்தில் மூன்று நாட்கள் தாத்தா ஜோதிடம் சொல்லுவது வழக்கம். திங்கள், புதன் மற்றும் வெள்ளிக்கிழமைகளில் வீட்டில் கூட்டம் குழுமியபடி இருக்கும். மிகச்சாதாரணமாக நான்கைந்து விலையுயர்ந்த கார்கள் வீட்டுமுன் நிறுத்தப்பட்டிருப்பதை காணமுடியும். தாத்தா ஜோதிடம் சொல்ல ஆரம்பித்தால் யாரும் அருகில் செல்லக்கூடாது. அவரது எதிரில் ஜோதிடம் பார்க்க வந்தவர்கள் மௌனமாக அமர்ந்து கொண்டிருக்க, அவர் அவர்களது ஜாதகத்தைப் புரட்டியபடி இருப்பார். பின், அருகில் வைத்திருக்கும் பல்பத்தைக்கொண்டு சிமெண்ட் தரையில் வரிவரியாக எழுதிப்பார்ப்பதும், அழிப்பதுமாக இருப்பார். அருகில் சென்று பார்த்தால் கோபத்தோடு முறைத்துப்பார்ப்பார். பாட்டி அவ்வப்போது குடிக்கத் தண்ணீர் கொண்டுவந்து வைத்துவிட்டு சென்றுவிடுவாள். சிறிது நேரம் கண்களை மூடி, எதையோ யோசித்தபடி இருப்பார். அப்போது அவரது தொண்டைக்குழி ஏறி இறங்கும். பிறகு, சரளமாகப் பேச ஆரம்பிக்கும் அவரிடம் இருந்து அட்சர சுத்தமாக வார்த்தைகள் வந்து விழும். ஏதோ பாட்டை ஒப்பிப்பதுபோல இருக்கும் அதைப்பார்ப்பதற்கு. இடையிடையே, எதிரில் அமர்ந்திருப்பவர்களைப் பார்த்துக்கேட்பார். இரண்டொரு வார்த்தைகள்தான் காதில் கேட்கும். ரொம்பவும் கூர்ந்து கேட்டால் எதிரிலிருப்பவர்களின் பேச்சைப் புரிந்துகொள்ள முடியும். ஆனால், யாரும் அந்தப் பக்கமே வரமாட்டார்கள். ஒரு விளையாட்டைப்போல வெகு லாவகமாக அவர் ஈடுபாட்டுடன் ஜோதிடம் சொல்வதைப் பார்ப்பதற்கு எனக்கு ஆச்சரியமாக இருக்கும். வந்தவர்கள் திருப்தியோடு எழுந்து சென்றபடியிருப்பார்கள். தாத்தா எழுதிய தரையை அழித்தபடியிருப்பார். இன்று அரசியலில் இருக்கும் முதுபெரும் தலைவர்கள், திரைப்பட நட்சத்திரங்கள், அநேகமாக தாத்தாவிடம் தங்களது ஜாதகங்களை ஏதாவதொரு சந்தர்ப்பங்களில் கணித்தவர்களாகத்தான் இருப்பார்கள். அதன் மூலம் அவர் அடையும் அனுகூலங்கள் அனைத்தையும், ஏதாவது கோயில் குளம் துப்பரவு செய்ய என்று வந்து நிற்பவர்களிடம் கொடுத்துவிடுவார். அதையும் மீறி தாத்தாவிடம் செல்வம் சேர்ந்தபடியே இருந்ததை என்னால் அறியமுடிந்தது.

மாதத்தில் எப்படியும் ஒரு வாரம், பத்து நாட்கள் தாத்தா வெளியூர் சென்று விடுவார். கத்தை, கத்தையாக முகவரி அட்டைகளை வைத்திருக்கும் அவர், அதிகம் படிக்காதவராக இருந்தாலும், எவரின் துணையுமில்லாமல் இந்தியாவில் எங்கு வேண்டுமானாலும் பயணிக்கக்கூடிய திறனைப் பெற்றிருப்பதை அறியும்போது எங்களுக்கு ஆச்சரியமாக இருக்கும். வெளியூர் பயணம் செல்லுமுன்பே அதற்கான ஆயத்த வேலைகள் தொடங்கிவிடும். அடுக்கம் காட்டிலிருந்து கொண்டுவரப்பட்ட நன்கு முற்றிய சூரமுட்கள் கொண்ட குச்சிகளை நன்குகழுவி சிறுசிறு துண்டுகளாக நறுக்கி, அவற்றில் அடர்த்தியாக மஞ்சள் பூசவேண்டும். பின், அவற்றில் நெருக்கமாக வெள்ளை நூலை சுற்ற வேண்டும். நம்முடைய இஷ்டத்திற்கு செய்துவிட முடியாது. கூர்ந்து பார்த்தபடி இருக்கும் அவர் உரியமுறையில் சுற்றப்படுகிறதா என்பதையும் அடிக்கடி பரிசோதித்தபடி இருப்பார். பின்னர், அரகண்டநல்லூரில் இருந்து வாங்கி வந்த கருப்புமுடி கயிற்றால் நன்றாக இறுக்கமாகச் சுற்றவேண்டும். பின்னர் சிறுசிறுதுண்டுகளாக இருக்கும் வெள்ளை காடாத்துணியில் தெருமண், தலைமுடி ஆகியவைகளைப் போட்டு முடிச்சிட்டு, அதில் தொங்கவிட்டுப் பார்க்கவேண்டும். அதில் அவர் சிறுசிறு மாற்றங்களைச் செய்து செய்தித்தாளில் நன்கு சுருட்டி, அருகிலிருக்கும் பையில் அடுக்கிக் கொள்வார். ராமேஸ்வரத்திலிருந்து மொத்தமாக வாங்கி வரப்பட்ட வலம்புரிச் சங்கில் சிலவற்றை எடுத்து, சோதித்துப் பார்த்து, தனது சூட்கேஸில் அடுக்கிக் கொண்டாரென்றால் அன்றிரவு அவர் பயணத்திற்குத் தயாராகி விட்டார் என்று புரிந்துகொள்ள வேண்டும். இந்நிகழ்வுகளில் தொடர்ந்து பங்கேற்றதன் காரணத்தால் ஜோதிடத்தை என்னால் முழுவதுமாக நம்ப முடியாமல் போனது. இத்தோடு மட்டுமல்லாமல் இரண்டு மூன்று முறைகள் நான் அவரிடம் கேட்டது எதுவுமே பலிக்கவில்லை. நான் அதிகபட்சம் அவரிடம் கேட்டது இதுதான்.

"தாத்தா இந்த வேர்ல்ட் கப்ப நாம ஜெயிப்பமா?"

"கண்டிப்பா நமக்குத்தான் கப்பு அதிலென்ன சந்தேகம்."

ரொம்ப ஆர்வமாகச் சொன்னார். அப்போது 1992வது வருடம். நமக்கு வாய்ப்பில்லாமல் போனது. அடுத்து நான் பத்தாவது பரிட்சை எழுதியவுடன் அவரிடம் என்னுடைய ஜாதகத்தைக்

கொடுத்து கேட்டேன். எனக்கு விருப்பமில்லாவிட்டாலும் அம்மாவின் பேச்சைத் தட்டமுடியவில்லை.

“தாத்தா, நான் எவ்ளோ மார்க் எடுப்பேன்?”

“நானூத்தி அம்பதுக்கு மேல.”

“மேல்படிப்புக்கு போவனா.”

“கண்டிப்பா நீ டாக்டருக்கு படிப்பே.”

அவரின் பதில் எனக்கு அப்போது ரொம்ப மகிழ்ச்சியை ஏற்படுத்தியது. ஆனால். தேர்வு முடிவுகள் வேறுவிதமாக அமைந்தன. நான் ஆங்கிலத்தில் தவறியிருந்தேன். குறைந்தபட்சம் என்னால் பணம் கொடுத்து ஒரு தனியார் ஐ.டி.ஐ யில்தான் இடம்பிடிக்க முடிந்தது. மூன்றாவதாக, அத்தை கருத்தரித்தபோது அவரிடம் கேட்டேன்.

“அத்தைக்கு என்ன கொழந்த பொறக்கும்.”

“கண்டிப்பா பொண்ணுதான்.”

அவர் கூறியது தவறென அறிந்துகொள்ள சில மாதங்கள் காத்திருக்க வேண்டியிருந்தது. பரிசோதனை செய்து பார்த்ததில் அத்தையின் வயிற்றில் ஒரு பெரிய கட்டி வளர்ந்திருப்பது கண்டுபிடிக்கப்பட்டது. மேற்கண்ட செயல்களால் எனக்கு அவரின் ஜோதிடம் குறித்து ஐயம் ஏற்பட்டது. ஜோதிடம் பிறர்க்குதான் பலிக்குமோ என்றும் எண்ணவேண்டியிருந்தது. தன்னுடைய கணிப்புகள் தவறாகிக்கொண்டு வருவது குறித்து அவர் எவ்விதக் கருத்தையும் என்னிடம் கூறாதது எனக்கு கோபத்தை ஏற்படுத்தியது. அதன் பிறகு நான் அவரிடம் எதுவும் கேட்கவில்லை, ஆனால் ஜோதிடக்கலையில் உச்சம் நோக்கி நகர்ந்தபடியேயிருந்தார். அவர் பற்றிய எதிர்மறையான சிந்தனை என்னுள் பரவுவதற்கு இவைகூட காரணமாக இருந்திருக்கலாம். நான் ஒரு நாள் அவரிடம் கேட்டேன்.

“தாத்தா, நீங்க ஜாதகம் என்ற பேர்ல பொய்தான சொல்றீங்க.”

“உண்மை எது பொய் எதுன்னு உன்னால சொல்லமுடியுமா?”

நான் மௌனமாக இருந்தேன். அவரே தொடர்ந்து பேசத்தொடங்கினார்.

"உண்மைக்கும், பொய்க்கும் ரொம்ப வித்தியாசம் கெடையாது. நாமதான் ரெண்டையும் எதிரெதிர் துருவங்களா நெனச்சிகுனு இருக்கோம். கஷ்டம்னு எங்கிட்ட வராங்க. நாலு வார்த்தை ஆறுதலா சொன்னா அவங்களுக்கு ஒரு திருப்தி. இதுல யாருக்கும், எதுவும் கொறஞ்சிடப் போறதில்ல."

எனக்கு அவரை மறுக்க வேண்டும் போல இருந்தது. ஆனால் முடியவில்லை. அதன் பிறகு தாத்தாவிடம் என்னால் உணர்வு பூர்வமாக நெருங்கமுடியாமல் போனது. விடுமுறைக்காலங்களில் பாட்டி வீட்டிற்குச் செல்வதில் ஏற்பட்ட விருப்பம் மெல்ல குறையத் தொடங்கியது. அதன்பிறகு வெகுநாட்கள் கழித்து அவரை கடலூர் பொது மருத்துவமனையில் சென்று சந்தித்ததாக நினைவு. என்னை வாஞ்சையுடன் தடவிக் கொடுத்தவர், தின்பதற்கு உலர்ந்த ரொட்டித்துண்டுகளை எடுத்துக் கொடுத்தார். அவரது விழிகளில் இன்னும் வாழ்ந்து பார்க்காத வாழ்வின் எச்சங்கள் மிதப்பதைக் காணமுடிந்தது. தாடி மீசை மழிக்கப்பட்டு, பார்ப்பதற்கு, சிறு வயதுகளில் பாட்டி சொன்ன கதைகளில் வரும் சூனியக்காரனைப்போல காணப்பட்டார். அந்த நினைவுகளிலிருந்து மீள இரண்டு, மூன்று நாட்கள் ஆனது. இருட்டில் உற்றுப்பார்த்தால், தாத்தா மருத்துவமனையில் படுத்தபடி என்னைப் பார்த்து சிரிப்பதுபோன்ற சித்திரம் தோன்றி மறைந்தபடியிருந்தது.

எனது நினைவைத் துண்டிப்பதாக இருந்தது மாமாவின் குரல். அங்கு யாரையோ அவர் வேலை வாங்கிக்கொண்டிருந்தார். நான் மெல்ல நடந்து தெருப்பக்கம் வந்தேன். வீரவாகு தேவர்கள் வேலெடுத்து வரும் நேரம் நெருங்கிக் கொண்டிருந்தது. தெருவில் நீர் தெளிக்க அம்மாவும், சித்தியும் சென்றனர். சித்தப்பாவும், அப்பாவும் கூடத்தைத் தடுத்திருந்த மரப்பலகையை அகற்றியபடி இருந்தனர். சாமிவந்து ஆடப்போகும் சித்தி, சித்தப்பா பற்றிய சித்திரம் என் மனதில் தோன்றி மறைந்தது. வீரவாகு தேவர்களின் கால்களைக் கழுவ கிணற்றிலிருந்து தண்ணீரைக் கொண்டுவந்து தெருவில் வைத்தேன். தொடர்ச்சியான வேலைப்பளுவின் காரணமாக என்னில் தொய்வு ஏற்படும் போதெல்லாம், "உன்னவிட்டா இவ்ளோ கச்சிதமா யாராலடா செய்யமுடியும்?" என்று கூறும் தாத்தாவை நினைத்த நொடியில் ஊக்கம் பெற்றவனாகி விடுவதன் அர்த்தம் இன்னும் புரிந்தபாடில்லை.

கூடத்தில் சித்தப்பா இலைகளை நறுக்கிக் கொண்டிருந்தார். மேலே மின்விசிறி சுழன்றபடியிருந்தது. கூடத்துச் சுவரில் மாட்டப்பட்டிருந்த புகைப்படங்களை பலர் பார்த்தபடி நின்று கொண்டிருந்தனர். ஒவ்வொரு புகைப்படத்தின் பின்பும் விஸ்தாரமானதொரு கதை ஒளிந்து கொண்டிருப்பதை நிச்சயம் அவர்களால் உணர்ந்துகொள்ள முடியாது. ஒரு புகைப்படத்தைப் பற்றி மட்டும் பாட்டியிடம் கேட்டால், நீட்டி முழக்கி ஒருநாள் கூட சொல்லுமளவுக்கு அவளிடம் விஷயமிருக்கும். அந்த அளவுக்கு தாத்தாவின் உலகம் பெரியது. இலைகளை நறுக்கிக் கொண்டிருக்கும் சித்தப்பா என்னை அழைத்தார்.

“டேய் இந்த எலைகளை கட்டு கட்டி மேல கொண்டுபோயி வை.”

நான் இலைகளை தரம் வாரியாகப் பிரித்து, அடுக்கிக்கொண்டிருந்தேன். கட்டுவதில் உதவியாக எதிர்வீட்டு மாமா இருந்தார். அவரைப் பார்த்து சித்தப்பா கேட்டார்.

“வேல் எங்க வருதுன்னு தெரியுமா?”

“சந்தபேட்டை தெருவண்ட சத்தம் கேட்டிச்சி.”

“அப்ப, கிட்ட வந்துட்டாங்க.”

எதிர்வீட்டு மாமா ஆமாம் என்பது போல தலையசைத்தார். அக்கம் பக்கத்து வீட்டுக்காரர்கள் வரத்தொடங்கியிருந்தனர். சாப்பாட்டு வகைகள் மெத்தைக்கு எடுத்துச் செல்லப்பட்டுக் கொண்டிருந்தன. ஷாமியானா விரிக்கப்பட்டிருந்ததால் மெத்தையில் அவ்வளவாக வெயில் தெரியவில்லை. நடுத்தெருவருகே மேளச்சத்தம் நன்கு கேட்டது. மாடியிலிருந்து கீழிறங்கி தெருவிற்கு வந்தேன். நடுத்தெருவிலிருந்து வளைந்து, ஆயா வீட்டை நோக்கி வீரவாகு தேவர்கள் வேல்களைத் தாங்கி, கந்தர் அலங்காரத்திலிருந்து ஒரு பாடலை உச்சஸ்தாயியில் பாடியபடி வந்து கொண்டிருந்தனர். மேளமும், தாளமும் நுட்பமாக என்னுடம்பில் சிலிர்ப்பை ஏற்படுத்தின. மெல்ல என் உடம்பு நடுங்குவதை உணரமுடிந்தது.

வீட்டிற்கு எதிரே வந்த வீரவாகு தேவர்கள் இரண்டு வரிசையாக நின்றனர். முதலில் ஒரு குடத்து நீரால் அம்மா அவர்களின் கால்களைக் கழுவி சுத்தப்படுத்தினாள்.

தொடர்ந்து, பக்கத்துவீட்டு உண்ணாமலை அக்கா, அவர்களின் கால்களின்மேல் மஞ்சளைத் தடவியபடி சென்றாள். அவளைத் தொடர்ந்து விழுப்புரத்து சித்தி மஞ்சள் தடவிய இடங்களில் சிவப்பு கொண்டு பொட்டிட்டு, அட்சதையை வைத்தபடி சென்றாள். பெரிய மாமா எல்லோரையும் அழைத்தார். துண்டை எடுத்து இடுப்பில் கட்டிக்கொண்டு வீரவாகு தேவர்களை சுற்றி வந்தார். பின் தொடர்ந்து நாங்கள் எல்லோரும் சுற்றி வந்து அவர்களது கால்களில் விழுந்து வணங்கினோம். அக்கம்பக்கத்து வீட்டுக்காரர்கள் வைத்தகண் வாங்காமல் பார்த்துக்கொண்டிருந்தனர். நேர்மேலே கருடன் மெல்ல வட்டிமிட்டபடி இருந்ததைக் கண்ட கூட்டம் ஆர்ப்பரித்தது.

மேளமும், தாளச்சத்தமும் விண் அதிர எழுந்தது. "முருகனுக்கு அரோகரா", "கந்தனுக்கு அரோகரா", "வேல் வேல் வெற்றிவேல்" என எல்லோரும் பெருங்குரலெடுத்து கூவினர். தளராத வேகத்தில் மேளக்காரர் வாசித்துக்கொண்டிருந்தார். உள்ளிருந்து, வேக வேகமாக சாமியாடியபடி சித்தப்பா வீதிக்கு வந்தார். அவரது கண்கள் ரத்தச் சிவப்பாக இருந்தன. முகம் இறுகிக் காணப்பட்டது. வீதிகளில் மக்கள் கூட்டம் சிதறிக்கிடந்தது. மேளத்திலிருந்து பீறிட்டெழும் இசைக்கேற்ப சித்தப்பா ஆடியபடியிருந்தார். சித்தி, இருந்த இடத்திலிருந்தே மெல்ல ஆடத்தொடங்கினாள். சன்னியாசி மாமா மேளக்காரர்களை வேகமாக வாசிக்கும்படி சைகை மூலம் தெரிவித்தார். மேளச்சத்தம் உச்சத்தை அடைந்தபோது சித்தியும் சித்தப்பாவும் உக்கிரமாக ஆடிக்கொண்டிருந்தனர். எனக்கு உடல் முறுக்கேறிக் கொண்டு வந்தது. நா வறண்டு போவது போல் இருந்தது. பின், வீரவாகு தேவர்கள் அதிவேகத்துடன் உள்ளே நுழைந்தனர். தாண்டவராயன் மாமா, ஆடிக்கொண்டிருக்கும் இருவரையும் உள்ளே அழைத்துச் சென்றார். இருவரும் ஆடியபடியே சென்றனர்.

பூஜை அறையில் வீரவாகு தேவர்கள் தாங்கள் கொண்டுவந்த வேல்களை இறக்கி வைத்துவிட்டு, தங்களது இடைத்துணிகளை சீர்செய்து கொண்டனர். அதிகமான கூட்டத்தால் அறையில் ஒருவித நெடி பரவியது. சித்தப்பாவும் சித்தியும் இன்னும் ஆடிக்கொண்டிருந்தனர். தாண்டவராய மாமா அவர்களைப் பார்த்துப் பேச ஆரம்பித்தார்.

“படைக்கிற நேரமும் நெருங்கிருச்சி, வந்திருக்கிற நீங்க யாருன்னு சொன்னா செளகரியமாக இருக்கும்.”

“மலையனூரு ஆத்தா வந்திருக்கேன்டா.”

“ரொம்ப ரொம்ப சந்தோஷம். தாயி, ஏதாவது குத்தம் கொறை உண்டா.”

“ரெண்டு வருஷமா நான் கேட்பாரு இல்லாம கெடக்கறேன்டா.”

இதைக்கேட்டதும், அம்மா கன்னத்தில் போட்டுக்கொண்டாள். தாண்டவராயன் மாமா அப்பாவிடம் விசாரித்தார்.

“ரெண்டு வருஷமா குலதெய்வத்துக்கு பொங்க வைக்கலியா?”

இல்லை எனும் விதமாக அப்பா தலையசைத்தார். பின், தாண்டவராய மாமா ஆடிக்கொண்டிருக்கும் சித்தியிடம் பேசினார்.

“இந்த வருஷம் கண்டிப்பா குடும்பத்தோட வரோம் ஆத்தா.”

தாண்டவராய மாமா இதைக் கூறியதும் சித்தி பிரசாதம் வாங்குவதைப்போல கைகளை நீட்டினாள். கற்பூரத்தை ஏற்றி அவள் கையில் வைத்ததும் அதை வாயில் போட்டுக்கொண்டு மயங்கிச் சரிந்தாள். எதிர்வீட்டு மாமா அவளை இழுத்து, சுவற்றின் ஓரமாகச் சாத்தினார். சித்தி குடிக்கத் தண்ணீர் வேண்டுமென மெல்லிய குரலில் கேட்டாள். சன்னியாசிமாமா கொண்டுவந்து கொடுக்க அவள் குடித்துவிட்டு அங்கேயே ஒருக்களித்துப் படுத்துக்கொண்டாள். பின், ஆடிக்கொண்டிருந்த சித்தப்பாவிடம். “நேரம் கடந்துகுனு இருக்குது, வந்திருக்கிறது யாருன்னு சொல்லலையே.”

“டேய் நான் புலிப்பானி வந்திருக்கேன்டா.”

அவர் கூறிய பெயரைக் கேட்டதும் கூட்டம் உணர்ச்சி வசப்பட்டது. சத்தம் மெல்ல அடங்கி நிசப்தமானது. சித்தப்பாவின் சுவாசம் பீதியூட்டுவதாக இருந்தது. கூடத்திலிருந்து பாட்டி ஓடி வந்து மாமாவைக் கூப்பிட்டு ஏதோ கூறினாள். பின் மாமா, சித்தப்பாவிடம் பேசினார்:

“ஏதாவது கொறையுண்டோ?”

“செத்து நாலு வருஷமாச்சி, நா மூச்சிவுட்ட எடத்த யாராவது வந்து தீட்டு கழிச்சீங்களாடா?”

கூட்டம் ஒருவரையொருவர் பார்த்துக்கொண்டது. அம்மா, அப்பாவைப் பார்த்தார். தாத்தா இறந்தபோது நடந்த நிகழ்வுகள் பின்னலிட்டபடி மெல்ல எனது மனத்திரையிலோடியது. அன்று பகல் பன்னிரண்டு மணியிருக்கும். நான் பணிபுரியும் நிறுவனத்திற்கு, தாத்தா மரணப்படுக்கையில் இருப்பதாக தகவல் வந்தது. எனக்கு தலைசுற்றியது. மெல்ல ஆசுவாசப்படுத்திக் கொண்டு புறப்பட்டேன். வழிநெடுக தாத்தாவின் பிம்பம் என் நினைவுகளில் ஓணான்கொடியைப் போல சுருண்டபடியிருந்தது.

தாத்தா படுக்கையில் சிறு துரும்பைப்போல கிடந்தார். கண்கள் உள்ளிழுத்துக் கிடந்தன. நெஞ்சுக்கூடு மேலெழுந்து காணப்பட்டது. கடைவாயில் நீர் ஒழுகியபடி இருந்தது. மேல்மூச்சு, கீழ்மூச்சு விடத் தொடங்கியிருந்தார். அருகில் வைத்திருந்த தம்ளரிலிருந்த பாலை எடுத்து அவரது வாயில் விட்டேன். விழிகளில் இருந்த மணிகள் மெல்ல அசைந்தன. கண்களைத் திறக்க முயன்றவர் இயலாமல் மீண்டும் மூடிக்கொண்டார். பாட்டி தரையில் சிறிதளவு நீரைத் தெளித்து கைகளால் இழைத்து திரண்டு வரும் அந்தச் சாந்தை எடுத்து அவர் வாயில் வைத்தாள். தொண்டைக்குழியில் மெல்லிய அசைவு தோன்றி மறைந்தது. நான் ஆடைகளைக் களைந்து விட்டு, சாப்பிடுவதற்கு அமர்ந்தேன். கூடத்திலிருந்து ஓவென கத்தும் ஒலிகேட்க ஓடிப்போய் பார்த்தேன். எல்லோரும் மாரில் அடித்துக்கொண்டு அழுது கொண்டிருந்தனர். தாத்தாவின் முகம் எந்தச் சலனமுமற்று, தெளிந்த நீரைப்போல இருந்தது. மீண்டும் மாமா பேசினார்:

“சரி சாமி உன்ன குளிர்ச்சியடைய வச்சிடறோம்.”

“ஒவ்வொரு வருஷமும் சொல்றதோட சரி, அப்புறம் யாரும்கிட்ட வர்றதுகூட கிடையாது.”

“தப்புதான் சாமி. இனிமே அப்படி நடக்காது.”

“ம்.”

“கடைசியா ஒன்னு கேக்கலாமா?”

சித்தப்பா விழிகளை உருட்டியபடி தலையாட்டினார். பின், மாமா கேட்டார்.

“காலையில சமையக்கூடத்துக்கு வந்தது நீங்க தானா சாமி?”

“அதல என்னடா சந்தேகம்?”

மேல்மூச்சு, கீழ்மூச்சு வாங்கியபடி சித்தப்பா கூறியதும் கூட்டத்தில் சலசலப்பு பெருகியது. அம்மா வேகமாக ஓடிவந்து, சித்தப்பாவைப் பார்த்துக் கேட்டாள்.

“சாமி இந்த வருஷமாவது என் புள்ளைக்கு வேல வந்துருமா?”

இல்லை எனும் விதமாக அவர் கைகளை ஆட்டியது அம்மாவை மௌனத்தில் ஆழத்தியது. பின் வேப்பிலையை நறநறவென மென்றபடியே பேசினார்.

“அப்ப நான் மலையேறட்டுமா?”

தாண்டவராய மாமா கற்பூரத்தைக் கொளுத்தி சித்தப்பாவின் கைகளில் வைத்தார். அவர் அதை வாயில் போட்டு கண்களை மூடியபடி தளர்ந்து சரிந்தார். கூட்டம் பலவிதமாகப் பேசிக்கொண்டது. தென்னண்ட வீட்டு ராமசாமி மாமா, எல்லோருக்கும் கேட்கும்படியாகவே சொன்னார்.

“ஓடா உழைச்ச மனுஷனை கொஞ்சத்துல மறந்திட்டீங்களேடா பசங்களா.”

வீரவாகு தேவர்கள் சாமிக்கு படைத்துவிட்டு, விரதம் செய்ய மாடிக்குச் சென்றனர். சிறுவர்கள் அனைவரும் மாடிக்குச் சென்று விட்டிருந்தனர். வீட்டில் இன்னும் இயல்புநிலை திரும்பியிருக்கவில்லை. நாங்கள் மட்டுமே பூஜை அறையில் இருந்தோம். சித்தப்பா மெல்ல கண்விழித்துப் பார்த்தார். பாட்டி அவருக்கு குடிக்கத் தண்ணீர் கொடுத்தாள். குடித்தபின் மெல்ல எழுந்த அவர், பாட்டியிடம் கேட்டார்.

“யாரு வந்தது?”

“உங்க மாமா தான் வந்தாரு.”

“இன்னா சொன்னாரு.”

“அவர மறந்துட்டமாம். மூச்சுவிட்ட எடம் இன்னும் தீட்டு கழிக்காம கெடக்காம்.”

“அப்புறம் ஏதாவது சொன்னாரா?”

“காலம்பற வந்தது கூட அவருதானாம்.”

“நாந்தான் அப்பவே சொன்னனே.”

இருவருக்குமான உரையாடல் முடிந்ததும் பாட்டியின் கண்களில் நீர் கோர்த்தபடியிருந்ததைக் காணமுடிந்தது. அம்மா அவளைத் தேற்றினாள். சித்தி மிகவும் களைப்படைந்தவளாகக் காணப்பட்டாள். சித்தப்பாவின் கண்கள் இன்னும் ரத்தச் சிவப்பாகவே காணப்பட்டன. பாட்டி புலம்பியபடி கூடத்துக்கு வந்தாள். மின்விசிறிக்கு கீழே சித்தியும், சித்தப்பாவும் அமர்ந்து கொண்டனர். தோட்டத்திலிருந்து விழுப்புரத்து சித்தி பையன், கையில் அப்பளத்தைத் தூக்கிக்கொண்டு, தெருவைப் பார்த்து ஓடினான். மேலே பந்தி பரிமாறும் சப்தம் கேட்டது. எப்போதுமே பந்தியை கவனித்துக் கொள்ளும் பொறுப்பு அப்பாவினுடையதாக இருந்தது. மிகவும் கச்சிதமாக முடித்து விடுவார். இலைகளில் அதிகம் எதுவும் மீந்து விடாதபடிக்கு ஆட்களை வேலை வாங்குவார். ஒவவொரு ஆளையும் உணவு குறித்து விசாரித்து, அதன் நிறைகுறைகளை அறிந்து கொள்வதில் சமர்த்தர்.

வானத்தில் பறவைகள் வட்டமிட்டுக் கொண்டிருந்தன. தோட்டத்து முருங்கை மரத்திலிருந்து காகம் கத்தியபடியிருந்தது. வீரவாகு தேவர்கள் சாப்பிட்டு விட்டு, படுக்க மடத்திற்கு சென்ற பிறகு நாங்கள் சாப்பிடுவதற்கு மாடிக்குச் சென்றோம். பந்தி தயாராக இருந்தது. என் பக்கத்தில், ரிஷிவந்தியத்து அத்தை அமர்ந்து கொண்டாள். தொணதொணவென்று பேசுவது அவள் இயல்பு. என்னிடம் பேச்சுக்கொடுத்தாள்.

“உங்க அம்மாவுக்கு ஏன்டா சாமி வரல?”

“அம்மாவுக்கு குடும்பக்கட்டுப்பாடு ஆப்ரேஷன் செஞ்சிருக்குது.”

“அதுக்கு என்னடா?”

“சாமி வந்து ஆடுனா தையல் பிரிஞ்சுடும், ஆடக்கூடாதுன்னு அப்பா சொல்லிட்டாரு.”

நான் சொன்னதைக் கேட்டதும் கூட்டம் கொல்லென சிரித்தது. அம்மா உதட்டைக் கடித்தாள். அப்பா கீழே பார்த்தபடி சிரித்துக் கொண்டிருந்தார். நான் ருசித்து சாப்பிட்டுக் கொண்டிருந்தேன். அப்போது சித்தியின் ஐந்து வயது மகன் வந்து கேட்டான்.

“அம்மா காலையில் வந்தது யாரும்மா?”

“உனக்கு எப்படிடா தெரியும்?”

அந்தக் கேள்விக்கு அவன் பதில் சொல்லாமல் மீண்டும் கேட்டான்.

“யாரும்மா வந்தது?”

“உங்க தாத்தாடா.”

“நீங்க பாத்தீங்களா?”

சூழல் அமைதியானது. சித்தி அவனுக்கு பதில் ஏதும் சொல்லவில்லை. எல்லோரும் இறுக்கத்தில் இருந்தனர். அவன் கேட்டதற்கு யாரும் பதில் கூறவில்லை. அவர்களால் கூறமுடியாது என்பது எனக்கு மட்டும்தான் தெரியும். தாத்தா வந்ததாகச் சொல்லப்படும்போது நான்தான் அந்த அறையில் இருந்தவன். ஓர் எருமை மாட்டைத்தவிர வேறு எதுவும் அங்கு வரவேயில்லை என்பதை எப்படி சொல்லி அவர்களுக்கு விளங்க வைப்பதென எனக்குப் புரியவில்லை. எருமையின் சேற்றுக்குளம்புகள் பதிந்த இடத்தை எனக்குப் பிறகு பார்த்த தாண்டவராய மாமாதான், மனிதனின் காலடித்தடம் போன்று அவை இருப்பதாகக் கூறினார். உண்மையில் யோசித்துப் பார்த்தால் எல்லாக் கதைகளுமே இவ்வாறாகத்தான் முதலில் ஆரம்பிக்கின்றன.

பின்குறிப்புகள்:

1. தாத்தாவிற்கு புலிப்பானி எனும் பெயர் ஏன் ஏற்பட்டது எனத் தெரியவில்லை. பல அகராதிகள், நிகண்டுகள் ஆகியவற்றைப் பரிசீலித்துப் பார்த்தும், ஒப்பிட்டும் எந்தமுடிவுக்கும் வரமுடியவில்லை. அவருடைய வயதொத்தவர்களை விசாரித்ததில் எந்தப் பயனும்

ஏற்படவில்லை. அந்தப் பெயர் எப்போது வந்தது என்பதை உறவினர்கள் யாராலும் உறுதிசெய்ய முடியவில்லை. ஆனால் தாத்தாவின் லட்டர்பேடில் மட்டும் கொட்டை எழுத்தில் ‘ஜோதிட சூறாவளி, புலிப்பானி ஜோதிடர்’ என அச்சிடப்பட்டிருப்பதை பார்க்கும்போதெல்லாம் இயலாமை என்னை பிடுங்கித் தின்றபடியிருக்கும். அதே சிந்தனையில் உழன்று கொண்டிருந்த போதுதான் தற்செயலாக கணக்குப்பிள்ளை ஆசிரியரை சந்திக்க நேர்ந்தது. சில காலங்கள் தாத்தாவுடன் அவரும் பல்வேறு இடங்களுக்குப் பயணித்தவர் என்ற முறையிலும், நெருக்கடிகளில் கூட இருந்தவர், என்ற முறையிலும் பெயர் குறித்த ரகசியத்தை அவரிடமே கேட்டுத் தெரிந்து கொள்வதென தீர்மானித்துக்கேட்டேன்: “தாத்தாவுக்கு புலிப்பானின்னு ஏன் பேர் வந்துச்சு?” “சின்ன வயசுல உம்பாட்டன் எல்லா வீட்லிருந்தும் புலிச்ச பானை தண்ணிய எடுத்துட்டு வந்து கோயில் பக்கத்திலிருந்த மாட்டுப்பட்டியில ஊத்துவான். அதனால அவனை எல்லாம் புலிச்சபானைன்னு கூப்பிடுவாங்க. அது மாறி இப்படி ஆயிருக்கும்.”

2. தாத்தாவிற்கு எண்ணற்ற பெண்களிடம் தொடர்பு உண்டெனவும் வேங்கிக்காலிலும், மதுரை அருகே ஆரப்பாளையத்திலும் இரு மனைவியும், பிள்ளைகளும் இன்னும் இருக்கிறார்கள் என்பதும் அவரது மறைவிற்குப் பின்பு தெரியவந்தது, என்னைத்தவிர மற்ற அனைவரையும் அதிர்ச்சியடையச் செய்தது. மேலும், தாத்தா இருமுறை விபச்சாரத்தில் ஈடுபட்டதற்காக கைது செய்யப்பட்டிருக்கிறார் என்பது என்னைத்தவிர வீட்டில் வேறு யாருக்கும் தெரிந்திருக்க வாய்ப்பில்லை என நான் நினைத்துக்கொண்டிருந்ததை கடைசியில் மாற்றிக்கொள்ள வேண்டியிருந்தது.

3. தாத்தா என்னுடன் பேசிக்கொண்டிருக்கும்போது அடிக்கடி அவரது வலது தொடையைக் காட்டி, “இதுல தாண்டா பச்சிலையை வச்சிருக்கிறேன், அதாலதான் என் வாக்கு பலிக்குது. இந்தத் தொடையில யாராவது கை வைக்கிறப்ப கட்டாயம் நான் இறந்திருப்பேன்” என்று கூறியதற்கு நான்கைந்து ஆண்டுகளுக்குப் பின்பு விஜயா மருத்துவமனையில் சர்க்கரை நோயின் கடுமை

காரணமாக அவரது வலதுகாலையே முற்றிலுமாக அகற்ற வேண்டி வந்தது. அதன் பிறகும் அவர் நன்றாகத்தான் இருந்தார்.

* * *

பூனைகள் யானைகளான கதை

“எங்க சார், கொஞ்ச நாளா ஆள வெளியிலேயே காணோம்” எனும் குரல் கேட்டு, கையில் வைத்துக்கொண்டிருந்த தேனீர் கோப்பையுடன் திரும்பிப் பார்த்தேன். தேவசகாயம் நின்று கொண்டிருந்தார். கையில் ஒரு துணிப்பை. கடைத்தெருவிற்கு வந்திருப்பார் என நினைத்துக்கொண்டு அவரைப்பார்த்து மெல்லிய ஒரு சிரிப்பை இதழ்களில் தவழவிட்டபடி மீண்டும் தேனீர் அருந்துவதில் ஈடுபட்டேன்.

“இன்னா சார், நாபாட்டுக்கினு கேட்டுக்குனு இருக்கிறன், பதிலே சொல்லாம டீ குடீக்கறீங்க?”

என்னால் சட்டென எந்த பதிலையும் சொல்ல முடியவில்லை. யோசித்து யோசித்தே பேசி பழக்கமாகிவிட்டது. சட்டென யாரிடமும் வாய் திறப்பது முடியாத காரியம்தான் என்றாலும், ஏதாவதொரு பதிலை எதிர்பார்த்துக் கொண்டிருப்பவர்களிடம் இருந்து சுலபத்தில் தப்பிப்பதும் கஷ்டமே. ஆகவே, நானும் பதிலுக்கு பேசினேன்.

“கொஞ்சம் வேலை, அதான்.”

“அந்த பிரச்சனைலாம் முடிஞ்சிட்டுதா சார்?”

“எந்தப் பிரச்சனை சகாயம்?”

சில நேரங்களில் நான் அவரை சுருக்கமாக சகாயம் என்றே அழைப்பது வழக்கம்.

“அதான் சார், அந்த பூனை மேட்டரு.”

சகாயம் பூனை எனக் கூறியவுடன் எனக்கு பதற்றம் அதிகரிக்கத் தொடங்கியது. கொஞ்ச நாட்களாகத்தான் அது பற்றிய சிந்தனையின்றி இருக்கிறேன். மன அழுத்தத்திலிருந்து விடுபட நான் நாடாத மருத்துவர்களே கிடையாது. அப்படியிருந்தும் பூனை சம்பந்தப்பட்ட எந்தவொன்றும் என்னை பீதியடையச் செய்துவிடுகிறது. என் மனைவி என்னிடம், வீட்டில் தொந்தரவு செய்யும் எலிகளைப்பற்றி கூட எதுவும் சொல்வது கிடையாது. எங்கு எலி என்று சொல்லப்போய், அது பூனையையும் நினைவூட்டி விடுமோ என்ற எச்சரிக்கை உணர்வுதான். எப்படித்தான் ஜாக்கிரதையாக இருந்தாலும் சமயத்தில் இதுமாதிரி ஏதாவது எக்குத்தப்பாக நடந்து விடுவதுமுண்டு. அதற்காகத்தான் எப்போதும் என் சட்டைப்பையில் சில ஹோமியோ மருந்துகளை வைத்துக்கொண்டபடி இருக்கிறேன். அந்நேர பதற்றத்திலிருந்து விடுபட, சில உருண்டைகளை எடுத்து வாயில் போட்டுக் கொண்டேன்.

“இன்னா சார், ஒரு மாதிரியாக ஆயிட்டீங்க, இப்ப எந்த பிரச்சினையும் இல்லாம ஃபிரியாதான இருக்கீங்க?”

‘ஆமாம்’ என்பது போல தலையசைத்து, வேகவேகமாக தேனீரை காலி செய்துவிட்டு, வீட்டிற்குத் திரும்பினேன். மனம் பூனையைப் பிடித்தபடி உழன்று கொண்டிருந்தது. பதற்றம் கொஞ்சம் கொஞ்சமாக அதிகரிப்பதை உணர முடிந்தபோது, சாலையை குறுக்காகக் கடந்து ஒரு நாய் ஓடி மறைந்தது. பூனை தானோ என்ற ஐயத்தில் அதை உற்றுப் பார்த்தேன். சூரியன் மெல்ல மறையத் தொடங்கியிருந்தது. என்ன செய்தும் என்னால் சிந்தனையை திசை திருப்ப முடியவில்லை. பார்வை மங்கிக் கொண்டு வருவதை உணரும்போதே, மூளையில் ஒரு தெறிப்பு. நான் மெல்ல கீழே சரிவதை மட்டும்தான் உணரமுடிந்தது.

அன்று மதியம், சுமார் பதினோரு மணி இருக்கும். வீட்டில் அமர்ந்து தொலைக்காட்சியைப் பார்த்துக் கொண்டிருந்தேன். என் மனைவி பாத்திரங்களைக் கழுவிக் கொண்டிருந்தாள். அவள்

எப்போதும் பாத்திரமும், கையுமாகவே இருப்பாள். நீங்கள் எப்போதாவது வீட்டிற்கு வந்தால்கூட அவளைக் கவனிக்கலாம். நான் அடிக்கடி அவளைக் கிண்டலடிப்பேன்.

"உங்க அப்பா என்ன, ஒன்ன பாத்தரம் கழுவுறதுக்காகவே பெத்துப் போட்டாரா?"

எப்போதும் அவளிடமிருந்து சிரித்தபடியே ஒரே பதில்தான் வரும்.

"இதுல ஒன்னும் கொறச்சல் இல்ல, பத்து கித்து இல்லாம உங்களால ஒரு பாத்திரத்தையாவது கழுவ முடியுதா?"

"அம்மா தாயி, ஆள வுடு" என்றபடி நான்தான் எப்போதும் விட்டுக்கொடுப்பேன்.

அன்றும் அப்படித்தான் நடந்தது. அதன்பின், அவள் எனக்கு கொஞ்சம் பாலை சூடு பண்ணி எடுத்துக்கொண்டு வரவும், தெரு இரும்புக் கதவு திறக்கவும் சரியாக இருந்தது. அவர்கள் நேராக உள்ளே வந்தனர். நான்கு பேர். வாட்டசாட்டமாக இருந்தனர். என் பெயரைச் சொல்லி, அவர் வீடுதானா எனக்கேட்டு உறுதி செய்து கொண்டபின், வீட்டை சுற்றும் முற்றும் பார்த்தனர். மின்விசிறி சுழன்றபடியிருந்தது. ஆனாலும், வியர்வை ஆறாக பெருக்கெடுப்பதை ஒன்றும் செய்ய இயலாதவனாக, அவர்களைப் பார்த்துக் கேட்டேன்.

"நீங்கள்லாம் யாரு?"

என் கேள்வியில் எந்த வன்மமும் இல்லையென்பது நிச்சயம் எனக்குத் தெரியும். அப்படியிருந்தும், கூட்டத்திலிருந்த ஒருவன் கேட்டான்.

"அடங் கோத்தா, எங்களைத் தெரியலையா?"

அவர்களின் இந்த எதிர்க்கேள்வியால், அடுத்து பேச எனக்கு நா எழவில்லை. என் மனைவி பயத்தால் அப்படியே அசைவற்று நின்று கொண்டிருந்தாள். எனக்கு எப்படித் தொடர்ந்து பேசுவதெனத் தெரியவில்லை. இருந்தும், அவர்களிடம் மிகவும் மெதுவான குரலில் சொன்னேன்.

"உங்கள யார்னு எனக்குத் தெரியல, முன்ன பின்ன பாத்த மாதிரியும் ஞாபகமில்லை."

அந்த நால்வரில் மிகவும் குள்ளமாக, கழுத்தில் தங்கச்சங்கிலி அணிந்திருந்தவன் பேசினான்.

“தோ பாரு, பெரிய பருப்பு மாதிரி பேசாத, எத்தன தடவ எங்க ஆளுங்க உங்க வீட்டுக்கு வந்து சொல்றது, நீ என்ன பெரிய புடுங்கியா, தேவிடியா மவனே.”

இதுபோன்ற வார்த்தைகளை எப்போதுமே நான் கேட்டது இல்லை. அவர்களுக்கு மத்தியில் எதுவும் செய்ய இயலாதவனாக நின்று கொண்டிருந்தேன். என் மனைவியின் கண்களில் இருந்து நீர் தாரை தாரையாக வழிந்தபடியிருந்தது. அவளைத் தேற்றும் தைரியமும் எனக்கு இல்லை. ஒரு அடி நகர்ந்தால் கூட எதுவேண்டுமானாலும் நடக்கக்கூடும் எனத் தோன்றியது. அந்த அளவிற்கு உள்ளூர என்னை பயம் கவ்விக் கொண்டிருந்தபோது அவர்களில் ஒருவன் பேசினான்.

“உங்கிட்ட எத்தன தடவ சொல்றது, பூனையை நாம வளக்கக் கூடாதுன்னு. தலைவரு உன் வூட்டான்ட வந்து சொன்னாதான் கேப்பியா?”

நான் வெகுளியாகக் கேட்டேன்.

“ஏன், பூனைய வளர்த்தா என்ன தப்பு?”

“தோ பாத்தியா, நீ ஏதோ படிச்சவனாச்சே, சொன்னா புரிஞ்சுக்குவனு நெனைச்சா, நீ செரிபட்டு வரமாட்டே.”

“பூனை சாதாரண வீட்டு விலங்குதானே, அதை ஏன் வளக்கக் கூடாதுன்னு சொல்றீங்க?”

“அடங்கோத்தா” என அவன் உதட்டைக் கடித்து கையை ஓங்கினான். எப்படியும் அடித்து விடுவான் என நினைத்துக் கொண்டிருந்தேன். என்ன நினைத்தானோ, தெரியவில்லை. கையை கீழே இறக்கியபடியே மீண்டும் சப்தத்துடன் பேசினான்.

“நீ தமிழனுக்கு பொறந்தியா இல்ல...” என்று அவன் வாக்கியத்தை இழுத்தான். எனக்கு கோபத்தால் கண்கள் சிவந்தன. நீங்களே சொல்லுங்கள் பிறப்பைக் கேள்விக்குள்ளாக்கும்போது யாருக்குத்தான் கோபம் வராது? ஆனால், அவர்களுக்கெதிராக எதுவும் செய்துவிட முடியும் என்று எனக்குத் தோன்றவில்லை. நான் அவர்களிடத்தில் மீண்டும் கேட்டேன்.

“தம்பி, இது ஜனநாயக நாடு தானே?”

“அதுக்கு இப்ப என்ன?” என்று திமிராக ஒருவன் கேட்டான். அப்போது எதிர்வீட்டுக்காரர் கதவைத் திறந்துகொண்டு வெளியில் வந்து எட்டிப் பார்த்தார். பக்கத்து வீட்டில் தறி நெய்யும் சப்தம் கேட்டது. தொலைக்காட்சியும் அதன் போக்கில் இயங்கிக் கொண்டிருந்தது.

“ஒரு ஜனநாயக நாட்டுல, பூனையை வளக்க ஒருத்தனுக்கு உரிமையில்லையா?”

“அந்த மசுரெல்லாம் உங்கிட்ட கேக்கல, பூனை வெளிநாட்டுக்காரன் வளக்கறது. நீ ஏதாவது ஆடு, மாடு வளக்கறதுதான, தலைவர் தான் சொல்லிட்டாரே - நம்ம கலாசாரத்தைப் பிரதிப்பலிக்கக்கூடிய எதையும் வளக்கலாம்னு.”

“எத வளக்கனும்னு எனக்குத் தெரியாதா?”

“நீ திருந்த மாட்ட, நம்ப கலாசாரத்த பத்தி உனக்கெங்க அக்கறை இருக்கு, தமிழ்ல கதை எழுதிட்டாலே போதுமா, நம் கலாசாரப்படி நடக்கவேண்டாமா?”

“நா எந்த விதத்துல நம்ப கலாசாரத்த சிதைச்சிட்டேன்னு நீங்க நினைக்கிறீங்க?”

“அட, ‘பாடு’, ஊர்ல உன்ன எழுத்தாளர்னு வேற சொல்றாங்க, நீ என்னடான்னா மரமண்டையாயிருக்க, உனக்கு எல்லாத்தையும் விளக்கமா சொல்லனும்.”

எனக்கு ஆச்சரியமாக இருந்தது. இவ்வளவு கோர்வையாகப் பேச அவன் எங்கு கற்றிருப்பான்? அவனைப் பார்த்தால் அதிகம் படித்தவனாகவும் தெரியவில்லை. ஆனால் எந்தத் தடங்கலுமின்றி அவனால் பேச முடிகிறது. நான்தான் பேச வார்த்தைகளைத் தேடிக்கொண்டிருந்தேன். “தன்னுடைய கதைகளில் இவர் வார்த்தைகளில் ஏகபோகமாக சவாரி செய்கிறார்” எனும் என் கதைகள் குறித்து வெளியான ஒரு விமர்சனக் கருத்து வேறு தேவையில்லாமல் மனதில் மின்னி மறைந்தது. ‘நானா வார்த்தை சவாரி செய்பவன்’ எனும் கேள்வி எனக்குள்ளேயே தோன்றி என்னைக் கூச்சமடையச் செய்தபடியிருந்தது. அப்போது அவர்களில் வாட்டசாட்டமாக இருந்தவன் என்னைப் பார்த்துக் கேட்டான்.

“ஏற்கனவே பூனை வளக்கக்கூடாதுன்னு சொன்னமில்லையா?”

“ஆமா.”

“அத கேக்காம, நீ பூனைக்கு பேர்வச்சி, கொஞ்சி கூத்தடிக்கிறியாமே.”

நான் பெயர் வைத்துக் கொஞ்சி விளையாடுவதுகூட இவர்களுக்கு எப்படித் தெரிந்தது எனும் கேள்வி என்னைப் பிடுங்கித் தின்றது. அவர்கள் ஒரு நபரை எந்தளவிற்குக் கண்காணிக்கிறார்கள் என்பதை நினைக்கும்போது ஆச்சர்யமாகவும் இருக்கிற அதேநேரம், நான் எவ்வளவு வெள்ளந்தியாக இருக்கிறேன் என்பதையும் உணர முடிந்தது. அப்போது மீண்டும் அவனே கேட்டான்.

“அந்த பூனைக்கு என்ன பேர் வச்சிருக்கே.”

“அஸ்வத்தாமா.”

“பூனைய வளக்கறதே தப்பு. அதுல வடமொழி பேரு வேற. ஏன் சுத்த தமிழ் பேரு எதுவும் கெடைக்கலியா?”

“சுத்த தமிழ் பேருன்னா...”

“இந்த கிண்டல் மசுறுதான வாணாங்கிறது. தமிழ்ல கதை எழுதற. போதாததுக்கு, பள்ளிகூடத்துல பசங்களுக்கு வேற தமிழ் சொல்லித் தர.”

“அதுக்கும், இதுக்கும் ஏதாச்சும் சம்பந்தம் இருக்கா” என நான் கேட்டவுடன், ஒருவன் மிகவும் மோசமான வார்த்தையை என்னைப் பார்த்து உச்சரித்தான். நான் வேறு எந்த சந்தர்ப்பத்திலும் அதுபோன்ற வார்த்தையைக் கேட்டதில்லை.

அவனைத் தொடர்ந்து அவர்களில் குள்ளமாக இருந்தவன் பேசினான்.

“தோ பாரு, நீ ஒருத்தன் மட்டுமில்லை. தமிழ்நாட்டுல உன்னமாதிரி பலபேரு இருக்கான். உங்களாலதான் நம்ம கலாசாரமே சிக்கி சீரழிஞ்சி கெடக்கு. அத சரிபண்ணுயான்னா, அத விட்டுட்டு வியாக்கியானம் பேசிகினு இருக்கிற.”

ஒரு நபரை எவ்வாறு கட்டுப்படுத்துவது என்பதை அவர்கள் எங்கிருந்து கற்றார்கள் என்பதைப் புரிந்துகொள்ள முடியவில்லை. அரை மணி நேரம் என்னை அசைவற்று இருக்கச் செய்ததுகூட அவர்களின் மிக நேர்த்தியான திட்டமிடல்தான். கொஞ்சம் அசைவு ஏற்பட்டால் கூட எதிராளி எங்கே துளிர்த்துக்கொண்டு விடுவானோ எனும் விதமாக இருந்தது அவர்களின் செயல்பாடு. அந்தளவிற்கு அவர்களால் நெருக்கடியைத் தரமுடிந்தது. மீண்டும் அந்த வாட்டசாட்டமான ஆளே பேசினான். இந்த சிறு கூட்டத்துக்கு அவன்தான் தலைவர் போல.

“உங்கிட்ட பேசிகினு இருக்கிறது இதுதான் கடைசி தடவ. அடுத்த முறை நீ அந்த பூனையை வீட்ல வச்சிகினு கூத்தடிக்கிறேனு தெரிஞ்சது, கண்டிப்பா என்ன நடக்கும்னு தெரியாது?”

அவர்களின் ஆக்ரோஷமான பேச்சு என்னுள் கலவரத்தை ஏற்படுத்தியது. நான் உள்ஒடுங்கிக் காணப்பட்டேன். ‘சிறு சருகு கூட காற்றில் அதன் சலசலப்பை தெரிவிக்கும்போது, நம்மால் ஏதும் செய்யமுடியாதபடிக்கு எது நம்மைத் தடுக்கிறது’ என்னும் சிந்தனை என்னைத் துளைத்தெடுத்தது. அவர்கள் போர் முடிந்த களிப்புடன் வாசல் நோக்கிச் சென்றனர். அடுத்தவர்களை மிரட்டும்படியும் அவர்களுக்கு நடக்கத் தெரிந்திருந்தது. நான் மெதுவாக மூச்சை உள்ளிழுத்துவிட்டேன். என் மனைவி இன்னும் இயல்பு நிலைக்குத் திரும்பியிருக்கவில்லை. நான் தெருப் பக்கம் வந்து பார்த்தேன். அவர்கள் சென்று விட்டிருந்தனர். தெருவில் அக்கம்பக்கத்து வீட்டினர் வாசல்களில் நின்று கொண்டிருந்ததைக் காண முடிந்தது. வெயிலின் தாக்கம் குறைந்து காணப்பட்டது.

அன்று இரவு சாப்பிட அமர்ந்தபோது வேறொரு பிரச்சனை கிளம்பியது. படபடப்புடன் காணப்பட்ட என் மனைவி என்னிடம் பேசினாள்.

“ஏங்க, இந்த மாசமாவது டாக்டர்கிட்ட போலாங்க.”

அவள் ஏன் அவ்வாறு கூறுகிறாள் என என்னால் புரிந்துகொள்ள முடியவில்லை. நான் திருப்பிக் கேட்டேன்.

“எனக்கு இப்ப என்ன ஆச்சு?”

“இல்ல, உங்ககிட்ட கொஞ்ச நாளா ஒரு வித்தியாசம் தென்படுது.”

“என்ன?”

“உங்க நடை, உடை, பாவனையை என்னால விளங்கிக்க முடியல.”

“அதுக்கென்ன இப்ப?”

“இப்ப பேசறத, மதியம் வந்தவங்ககிட்ட பேச வேண்டியது தானே.”

அவளின் இந்தப் பேச்சு என்னை இருகூறாகக் கிழித்துப் போட்டது. என்னை இவள் என்னவாக உள்வாங்கியிருக்கிறாள் என்பதை நினைக்கும்போது எனக்கு அவமானமாக இருந்தது. அடுத்து அவளுடன் என்னால் இயல்பாக பேச முடியவில்லை. நான் கொஞ்ச நேரம் அமைதியாக இருந்தேன். மீண்டும் அவளே பேசினாள்.

“கதை எழுதுங்க வேண்டாங்கில, அதுக்காக, உங்க கதையில வர கதாபாத்திரத்தோட பேசறது, சிரிக்கிறதுலாம் தேவையா?”

“அது எந்த விதத்துல உனக்கு தொந்தரவா இருக்கு?”

“எனக்கில்ல, ஆனா, பக்கத்து வீட்டுக்காரனுக்கு இருக்காதா?”

“சுத்தி வளைச்சி நீ என்ன சொல்ல வர?”

“நீங்க உங்க கதையில வர பூனைங்ககூடதான் பேசறீங்க, அதுங்களுக்கு பேரு வச்சி கூப்பிடுறீங்கன்றது எனக்கு மட்டும்தான் தெரியும். ஊருக்குத் தெரியுமா?”

“நா பூனைகூட பேசறதால மத்தவங்களுக்கு என்ன பிரச்சினை?”

“தமிழ்நாட்ல பூனையே வளக்கக்கூடாதுன்னு போராட்டம் நடக்கறது உங்களுக்குத் தெரியாதா?”

“அரசாங்கம் சொல்லுதா?”

“இப்படிக் கேட்டா நா என்ன பன்றது. பூனை வளக்கறது மேல் நாட்டு சங்கதி. அது நம்ப கலாசாரம் கெடையாது. ஆடு வளக்கலாம், மாடு வளக்கலாம், ஏன், கோழிகூட வளர்த்துட்டு போலாம்னு தான அவங்க சொல்றாங்க.”

“அவங்களே தேவலாம்.”

"................"

அங்கு நிலவிய மௌனம் காரணமாக இருவர் விடும், மூச்சுக் காற்றுகளைக்கூட உணர முடிந்தது. ஆறிவிட்ட சாதத்திற்கு மேலாக ஈக்கள் பறந்தபடியிருந்தன. மீண்டும் அவள் பேசினாள்.

"என்ன கோபமா?"

"உம்மேல எனக்கென்ன கோபம்?"

"பின்ன ஏன் ஒரு மாதிரியா இருக்கீங்க."

"பஷீர் எழுதாத பூனைகளையா நான் எழுதிட்டேன்."

"அது மலையாளத்துல."

"பூனையைப் பத்தி கதை எழுதறதுக்கு மலையாளம், தமிழ்நாடுன்னு வித்தியாசம் இருக்கா."

"அங்கல்லாம் இந்த மாதிரி பிரச்சனை கெடையாது."

"எந்த மாதிரி பிரச்சனை."

"திரும்பத் திரும்ப உங்ககிட்ட சொல்லனும். இங்கதான் எதுக்கெடுத்தாலும் இனம், மொழி, கலாசாரம்னு பிரச்சனை கிளம்புதே."

"அதுக்கு நா என்ன பண்ண முடியும்?"

"நீங்க எதுவும் செய்ய வேண்டாம். இது மாதிரி சென்சேஷனலான விஷயத்தை ஜாக்ரதையா எழுதுங்க."

"எப்படி?"

"பூனையால ஊரே பத்திகினு கிடக்கு, இந்த நேரத்துல நீங்க பூனையைப் பத்தி எழுதனுமா?"

"நா எழுதுறத எவன் படிக்கறான்?"

"நீங்க எழுதறதால பிரச்சனை இல்ல, பூனைய பத்தி எழுதறீங்கில்ல அதான் பிரச்சினை."

"என் கதைய எப்படி எழுதறதுன்னு எனக்குத் தெரியாதா?"

"உங்களுக்கு தெரியும்தான். ஆனா..."

"என்ன சொல்ல வர நீ?"

"உங்க கதையில வர கற்பனையான பாத்திரத்தோட நீங்க அப்பப்ப பேசறது எனக்கே பயமா இருக்குது?"

"நா அப்படி யாருகூட பேசிட்டேன்?"

"இப்ப எழுதிகினு இருக்கற கதையில வர ஒரு பூனையோட ராத்திரி, பகலா பேசிட்டு இருக்கீங்க. இது தேவையா?"

"நா எப்ப பேசறேன்?"

"அது உங்களுக்கு தெரிஞ்சாதான் பிரச்சினையே இல்லையே. அதப் போக்கத்தான் இப்ப வைத்தியம் பாத்துகினு இருக்கறம்."

"அதால என்ன பிரச்சனை?"

"வைத்தியம் பாக்கறதால ஒன்னுமில்லை. ஆரம்பத்துல ஒரு பூனையோட பேசனீங்க. அப்புறம், அதுக்கு அஸ்வத்தாமான்னு பேர் வைச்சு கூப்பிடுறீங்க. அப்புறம், பால் ஊத்தி, 'மியாவ் மியாவ்'ன்னு ராத்திரி முழுக்க கூப்பிடுறீங்க... பக்கத்து வீட்டுக்காரன் சும்மா இருப்பானா?"

"பக்கத்துட்டுக்காரனுக்கும், என் கதைக்கும் என்ன சம்பந்தம்?"

"உங்க கதைக்கும், அவனுக்கும் சம்பந்தமில்ல. உங்க பூனைக்கும், அவனுக்கும்தான் சம்பந்தம்."

"என் பூனைக்கும், அவனுக்கும் அப்படி என்ன சம்பந்தம் இருந்திடப்போவுது."

"ஏன் தான் இப்படி விளங்காம இருக்கீங்களோ?"

"எனக்கு எது விளங்கலனு உனக்கு தெரியுமா?"

"பின்ன என்னங்க. பூனைய வளர்த்ததால் தோப்பூட்டுக்காரர் வீட்டையே கொளுத்தி சூறையாடிட்டாங்க."

"அப்படியா? ஆமா எனக்கு ஒன்னு விளங்கல. ஏன் இவங்களுக்கு பூனையைப் புடிக்கல?"

"அது நம்ம கலாசாரத்தோட விலங்கு இல்லையாம், 'மேல் நாட்டுக்காரனுதாம்"

"நம்ப கலாசாரம் பத்தி பேச அவங்களுக்கு யாரு ரைட்ஸ் கொடுத்தா?"

"இத நீங்க மதியம் வந்தவங்ககிட்ட கேட்ருக்கணும்."

"எனக்கு அப்ப தோணலையே."

"ஏந்தான் இப்படி தொணதொணனு பேசுறீங்களோ" என என் மனைவி அலுத்தபடியே தோட்டத்துப் பக்கம் சென்றாள். நான் சாப்பிட்டுவிட்டு அறையில் சென்று படுத்துக்கொண்டேன்.

ஒரு வாரம் கழிந்திருக்கும். மீண்டும் அந்தக் கும்பல் வந்தது. என் வீட்டை சல்லடை போட்டுத் துழாவியது. அவர்கள் என்னைப் பொருட்படுத்துவதாகவே தெரியவில்லை. என் புத்தக அலமாரியை ஒருவன் கீழே தள்ளினான். இன்னொருவன் தொலைக்காட்சிப் பெட்டியை அடித்து நொறுக்கினான். கொஞ்ச நேரத்தில் என் வீடு உருமாறியிருந்தது. என் மனைவி கேவிக் கேவி அழுதாள். நான் என்ன சொன்னாலும் அவர்கள் கேட்கும் நிலையில் இல்லை என்பதை உணர முடிந்தது. இருவர் அங்குமிங்கும் நடந்தபடியிருந்தனர். அப்போது என் பக்கத்து வீட்டுக்காரரை ஒருவன் அழைத்து வந்து என் அறையைக் காட்டி, கேட்டான்.

"இந்த ரூம்ல இருந்தா பூனை சத்தம் கேக்குது?"

"ஆமாங்க, செல நாட்கள் தோட்டத்துப் பக்கத்திலிருந்துகூட கேக்குது."

"சரி, நீ போ" என்று அவரை அனுப்பிவிட்டு என்னை ஒரு மாதிரி பார்த்தார்கள். நான் எவ்வளவோ சொல்லிப் பார்த்தேன், "அது என் கதையில வர ஒரு கற்பனையான பூனை" என்று. அவர்கள் என் பேச்சைப் பொருட்படுத்தாதவர்களாக இருந்தனர். அவர்களுக்கு எப்படி புரிய வைப்பதென்றும் தெரியவில்லை. நான் மீண்டும், மீண்டும் சொல்லிப் பார்த்தேன்.

"அது கற்பனையான பூனைகள்."

ஒருவரும் செவி சாய்க்கவில்லை, மீண்டும் மெல்லிய குரலில் அவர்களிடம் சொன்னேன்.

"அது ஒரு கற்பனையான பூனைங்க."

நான் சொல்லி முடிக்கும் முன் ஒருவன் சரேலென என் கன்னத்தில் அறைந்தபடி சொன்னான்.

"கற்பனை, நெஜம்னு எந்த ரூபத்திலும் பூனை இங்க இருக்கக்கூடாது. ஏன், பூனையென்ற எந்த வார்த்தையும் இங்கிருந்து வரக் கூடாது."

கன்னத்தில் விழுந்த அடியால் மயங்கி மெல்லச் சரிந்தேன்.

★★★

பூனை குறித்த பயங்கள் மெல்ல விலகிக் கொண்டிருக்கும்போது, இந்த சகாயம் வந்து சங்கடப்படுத்திவிட்டாரே என்று எண்ணிக்கொண்டேன். "போனமா டீ குடிச்சமானு வரவேண்டியது தானே" என என் மனைவி முனகினாள். மயங்கி ரோட்டில் விழுந்தபின் நடந்த எதுவும் எனக்குத் தெரியாது. நான் மருத்துவமனையில் அனுமதிக்கப்பட்டு, இரண்டு நாட்களுக்கு பிறகுதான் வீடு திரும்பியிருந்தேன். என் உடல் நிலையை விசாரிக்க என் உறவினர்கள் வரத் தொடங்கியிருந்தனர். அவர்களில் என் அண்ணன் மகனும் இருந்தான். சென்னையில் ஒரு பெரிய கணிப்பொறி மென்பொருள் நிறுவனத்தில் அவனுக்கு வேலை. என் அருகில் வந்து அமர்ந்தவன் என்னிடம் கேட்டான்.

"உடம்பு எப்படி இருக்கு?"

நான் நன்றாக இருப்பதாக தலையாட்டினேன்.

"எந்தப் பிரச்சினையிலும் சிக்கிக்காம கொஞ்ச நாளுக்கு ரெஸ்ட் எடுங்க சித்தப்பா."

இதற்கு பதில் சொல்லத் தோன்றவில்லை. நான் மௌனமாகவே இருந்தேன். மீண்டும் அவனே பேசினான்.

"இப்ப எதனாச்சும் எழுதறீங்களா."

'இல்லை' எனும் விதமாக தலையாட்டினேன். தன் பையிலிருந்து இரண்டு 'சிடி'க்களை எடுத்தபடி அவன் என்னிடம் கூறினான்.

"சித்தப்பா இது ரெண்டும் எழுத்தாளர்களுக்காகவே உருவாக்கப்பட்டிருக்கும் மென்பொருள். இதன்பெயர் 'தமிழ்மொழி சீராக்கி.' இதைக்கொண்டு இன்னும் நீங்க சிறப்பா எழுத முடியும்."

"அந்தளவுக்கு ஸ்பெஷலானதா?"

"ஆமாம் சித்தப்பா. இப்ப சினிமாவுல புகைபிடிக்கக் கூடாதுங்கறாங்க இல்லையா. அந்த மிரட்டல் நாளைக்கே எழுத்துக்கும்கூட வந்துடலாம். அப்படி ஒரு சட்டம் வந்தாலும்கூட பயப்படத் தேவையில்லை. எந்த சிக்கலும் இல்லாமல் உங்களைக் காப்பாற்றிக்கொள்ள இந்த மென்பொருள் கைகொடுக்கும். நீங்க ஏற்கனவே எழுதின கதை, எழுதிக்கொண்டிருக்கிற கதைகள்ல வர புகைப்பிடித்தல் சம்பவத்தை தானாகவே மாற்றிக்கொள்ளும். உதாரணத்துக்கு, 'குமார் ஓர் ஓரமாக நின்றுகொண்டு புகை பிடித்துக்கொண்டிருந்தான்' என்று நீங்கள் கம்ப்யூட்டரில் டைப் செய்தால்கூட அது 'குமார் ஓர் ஓரமாக நின்றுகொண்டு புல்லாங்குழலை ஊத பயிற்சி எடுத்துக்கொண்டிருந்தான்' என மாற்றி அடித்துக்கொள்ளும். உங்களுக்கே கவனம் இல்லாமல் 'புகை' என்று அடித்தால்கூட தானாகவே அதை மாற்றிக்கொள்ளும். நீங்கள் கவலைப்பட வேண்டியதில்லை. அதுவும், நீங்கள் எழுதிக்கொண்டிருக்கும் கதைக்கு ஏற்ற மாதிரியே வார்த்தைகளைத் தேர்ந்தெடுத்துக் கொள்ளும்."

"ரொம்ப ஆச்சரியமா இருக்கேடா."

"ஆமாம் சித்தப்பா. அதுமட்டுமல்ல. இப்ப அதிகமா பாலியல் சம்பந்தப்பட்ட காட்சிகளே வரக்கூடாதுன்னு கலாசார இயக்கங்கள் போராட்டங்களை நடத்திக் கொண்டிருக்கின்றன. அவர்களிடமிருந்து தப்பித்துக்கொள்ள, 'புணர்ச்சி, கலவி, காமம், யோனி, முலைகள் போன்ற வார்த்தைகளை மறுக்கவும்' என கட்டளையிட்டு, 'அதை எல்லாப் பிரதியிலும் செயல்படுத்தவும்' என்று சொல்லிவிட்டால் போதும் அதுவே தேவைக்கு போக மீதியை வெட்டி நீக்கி விடும்."

"சபாஷ் சபாஷ். வேறெதாவது சிறப்பு இருக்கா?"

"ம். ஆங்கிலச் சொற்கள், வடமொழி எழுத்துகளை பயன்படுத்தக் கூடாதெனவும் இப்போ நிறைய பேர் சொல்றாங்க இல்லயா? அத கூட இதப் பயன்படுத்தி சரிப்படுத்திடலாம்"

"இப்ப சரி பண்ணிடலாம். நாளைக்கு எதையாவது அவங்க எதிர்த்தா என்ன பண்றது?"

"எதை எதையெல்லாம் கூடாதுன்னு எதிர்க்கறாங்களோ அவைகளை நீங்கள் உடனுக்குடன் 'அப்டேட்' செய்து கொள்ளும் வசதியும் இருக்கு. உதாரணத்துக்கு, கலாசாரவாதிகள் 'எழுத்தில் அதிக வன்முறை கூடாதெ'ன சொல்கிறார்களென வைத்துக்கொள்ளுங்கள். நீங்கள் இரத்தம், கொலை, வெட்டுக்குத்து இதுமாதிரியான நிகழ்ச்சிகள் வராமல் பார்த்துக் கொள்ளச் சொன்னால் அதுவே பார்த்துக் கொள்ளும்."

"அட இவ்ளோ வசதியிருக்கா இதுல!"

"ஆமாம்."

அவன் கூறியதும் என் கதையில் வரும் பூனையின் ஞாபகம் வந்தது. நான் ஆச்சரியத்துடன் அவனிடம் கேட்டேன்.

"தம்பி, இதப் பயன்படுத்தி கதையில வர பூனைகளை எல்லாம் மாத்திட முடியுமா?"

"ரொம்ப ரொம்ப சிம்பிள்" என்று கூறினான்.

பின், என் கணிப்பொறியை இயக்கினான். விசைப்பலகையில் அவனது விரல்கள் மேய்ந்தன. கொஞ்ச நேரத்தில் என் ஒட்டுமொத்தப் படைப்புகளிலும் இருந்த பூனைகள் எல்லாம் மறைந்து யானைகளாக மாறிவிட்டிருந்ததைக் கண்ட எனக்கு ஆச்சரியமாக இருந்தது.

நாளை அவர்கள் யானைகளைக் கூடாதென்று சொன்னாலும் அது பற்றி நான் கிஞ்சித்தும் கவலைப்பட வேண்டியிருக்காது. சட்டென என்னால் யானைகளை பானைகளாகக்கூட மாற்றிவிட முடியும்.

வாழ்க ஜனநாயகம்.

* * *

வனம்

அன்று முதல் பாடவேளை சில்லென்று வீசிய சாரல் மழையோடு தொடங்கியது. மண் வாசனை நாசித்துவாரங்களை அடைந்தபோது சூலப்பிடாரி அம்மன் கோவில் பக்கமிருந்து வந்த குரங்குகள் தலைமை ஆசிரியர் அறையைத்தாண்டி மதில் சுவற்றில் ஏறி வரிசையாக அமர்ந்தன. அரசமரத்துப் பறவைகள் சிறகுகளை உதறிக்கொண்டு எழுந்து கிழக்கு நோக்கி பறக்கத்தொடங்கின.

வகுப்பறையில் நுழைந்ததுமே மாணவர்களின் குதூகலம், எல்லையற்ற அவர்களின் மகிழ்ச்சி, என்னுள் ஒருவித உத்வேகத்தை ஏற்படுத்தியது. நான் அவர்களிடம் "இன்று நாம் அனைவரும் சேர்ந்து ஆடலாம், பாடலாம், குதிக்கலாம், கும்மாளமிடலாம். கூடவே கொஞ்சம் படிக்கவும் செய்யலாம்" எனக்கூறி முடித்ததும் அவர்கள் என்னை ஒரு மாதிரி பார்த்தனர். உங்களிடம் இன்னொன்றையும் கூறிக்கொள்ள விரும்புகிறேன்: "இங்கு யாருக்கும் தண்டனை என்பதே கிடையாது. உங்களால் ஏற்படும் தவறுகளுக்கு உண்மையில் நீங்கள் பொறுப்பேற்க வேண்டியதில்லை. ஆகவே அதுபற்றிய கவலைகளை விட்டொழியுங்கள்" எனக் கூறி அவர்களைப் பார்த்தேன். ஒன்றும் விளங்காதது மாதிரி அமர்ந்திருந்தனர். அறை முழுக்க வியர்வை நாற்றம். அனல் காற்று வேறு. மின் விசிறியும் சுழன்று கொண்டுதான் இருந்தது. நான் அவர்களின்

மௌனத்தைக் கலைத்தாக வேண்டிய நிர்பந்தத்தில் இருந்தேன். அவர்களின் ஊடாக இரண்டு, மூன்று தடவை நடந்து சென்றேன். பின், கரும்பலகை அருகே வந்து "இங்கு யாருக்கு நன்றாகப் பாடத்தெரியும்?" என்றேன்.

எதிர்பார்த்த அளவிற்கு இல்லை என்றாலும் அவர்களிடத்தில் ஓரளவு மாற்றத்தைக் காண முடிந்தது.

"சார். சசிகலா நல்லா பாடும் சார்" என்றான் ஒரு மாணவன். பொத்தான்களை பொருத்தாமல் அவன் சட்டை அணிந்திருந்தான்.

சசிகலாவை எழுப்பி, "என்ன பாட்டு தெரியும்?" என்றேன்

அவள் சட்டென கூறினாள்: "ஒவ்வொரு பூக்களுமே சொல்கிறதே"

"சரி, பாடு பார்ப்போம்."

அதற்குள், குள்ளமான ஒரு மாணவன் எழுந்து "சார், சினிமா பாட்டை இங்க பாடக்கூடாதுன்னு முன்ன இருந்த டீச்சர் சொன்னாங்க சார்" என்றான்.

"பரவாயில்லை. பாடட்டும்."

அந்தச் சிறுமி தரையைப் பார்த்தவாறே பாடினாள். ஒரு சில மாணவர்கள் சிரித்தனர். ஒரு மாணவன் எவ்வித சலனமும் இல்லாமல் தனது தட்டில் பாடலுக்கு ஏற்றவாறு தனக்கே உரிய முறையில் வாசித்துக்கொண்டிருந்தான். அவள் எதைப் பற்றியும் கவலைப்பட்டதாக எனக்குத் தெரியவில்லை. பாட்டை முடிப்பதில் அவள் அவசரம் காட்டாதது எனக்கு வியப்பை அளித்தது. பாடிக்கொண்டே இருந்தவளிடம். "சரி போதும்மா" என்று கூறி அவளை அமரச் செய்தேன். வெற்றிபெற்றுவிட்ட தோரணையுடன் அவள் அமர்ந்தாள்.

மாணவர்கள் மத்தியில் சலசலப்பு மிகுதியாகக் காணப்பட்டது முதல் வரிசையில் அமர்ந்திருந்த மாணவன் தனக்கு சிறுநீர் அவசரமாக வருகிறதென ஒற்றை விரல் உயர்த்திக் காண்பித்தான்.

"சரி போ."

"இன்னா சார், கேட்டதும் அனுப்பிட்ட?" என்றான், பற்களில் மஞ்சள் படிந்த மாணவன்.

"ஏன், முன்ன இருந்த ஆசிரியர் அனுப்ப மாட்டாரா?"

"இல்லை" எனும் விதமாகத் தலையாட்டினர் அனைவரும்.

"உன் பேர் என்ன?" என்று அவனைக் கேட்டதும், சிரித்துக் கொண்டே "மணிகண்டன் சார்" என்றான். அவனை அருகில் அழைத்து, அவனது கைகளைப் பற்றிக்கொண்டு, "உனக்கு அவசரம் என்றால் நீயும் போகலாம்" என்றேன். "எனக்கு வரலேயே சார்" என்று கூறிவிட்டு இடத்தில் போய் அமர்ந்து கொண்டான்.

மீண்டும் மாணவர்களைப் பார்த்துக் கூறினேன். "உங்களுக்கு என்ன விருப்பமோ அதைச் செய்யலாம். அமைதியாக இருக்கவேண்டுமென்பது கட்டாயம் கிடையாது. ஆனால், எது செய்தாலும் இங்கு வந்து அனைவருக்கும் தெரியும்படி செய்யவேண்டும். புரிந்ததா?"

மாணவர்கள் ஆர்வமுடன் தலையாட்டினர். அனைவரது பார்வையிலும் உண்மையில் நான் ஆசிரியரா, இல்லையா எனும் கேள்வி மேலோங்கி இருந்ததைக் காண முடிந்தது.

"யார் யார்லாம் நாடகம் பார்த்திருக்கீங்க?"

அனைவரும் பார்த்திருப்பதாகக் கூறினர். நாடகம் என்று சொன்னவுடன் அவர்கள் மகிழ்ச்சியில் ஆர்ப்பரித்தனர். ஒருவன் எழுந்து, "சார், எங்கூர்லகூட அடிக்கடி டிராமா போடுவாங்க சார்" என்றான். மணிகண்டன் எழுந்து, "சார் நம்ம கோவிந்தன் அப்பாதான் சூரவேஷம் கட்டுவாரு" என்றான். நான் மணிகண்டனை அமரச்சொல்லிவிட்டு, கோவிந்தனை அருகில் அழைத்தேன். அவன் கூச்சத்தால் நெளிந்தபடி இருந்தான்.

"கிட்ட வாடா" என்றேன்.

அருகில் வந்து "என்னா சார்" என்றான்.

"உங்க அப்பா ஆடறதை பார்த்திருக்கியா?"

'ம்' என்ற விதமாய் தலையசைத்தான். மாணவர்கள் எங்கள் இருவரையும் கூர்ந்து பார்த்தபடி இருந்தனர்.

"சரி உங்க அப்பா மாதிரி நீ நடிச்சுக் காட்டறியா?" என்று கேட்டேன்.

“போங்க சார்” என்றான்.

“ஏன்டா, கூச்சமா இருக்கா?”

“ஆமாம் சார்.”

“இதுல என்னடா இருக்கு. நான் நடிச்சுக் காட்டவா” என்றேன்.

மாணவர்கள் அனைவரும் “நடிங்க சார், நடிங்க சார்” என்றனர். என் உடல் முழுக்க உஷ்ணம் பரவி மெல்ல இறுகுவதை உணர முடிந்தது. நான் அவர்களுக்கு ‘நீலச் சிற்றாடையில்’ வரும் அவ்வையார் பாட்டியைப் போல நடித்துக் காட்டினேன். அனைவரும் மௌனமாக இருந்தனர். ஒரு சிலர் வாய் கொள்ளாது சிரித்தனர்.

“என்னடா, இன்னுமா கூச்சமா இருக்குது?” என்றேன்.

அவன் என்னைப் பார்த்து மென்மையாக சிரித்து, ஆமாம் சார் என்பது போல் தலையசைத்தான்.

“நாம எல்லாருமே நடிக்கலாம். கொஞ்சம் மனசு வச்சா போதும்” என்று கூறி வேறொரு மாணவனை அழைத்தேன். அவன் அருகில் வந்து “என்ன சார்” என்றான்.

“இப்ப உன்ன நடிக்க வைக்கப்போறேன்” என்று கூறி “இப்ப நீ உன் இடத்துக்கு போகலாம். ஆனா, வழி நெடுக்க ஒரே முள்ளா இருக்கு, முள்ளு உன் கால்ல பொக்காம போகனும், உன் இடத்துக்கிட்ட போறப்ப ஒரு பெரிய முள்ளு உன் கால்ல குத்தி ரத்தம் வருது. உனக்கு அதிகமா வலிக்கிறது. இதையெல்லாம் செய்தபடியே நீ போகனும், புரிந்ததா” என்றேன். அவன் “சரி சார்” என தலையாட்டிவிட்டு முள்ளைக் குத்திக் கொள்ளாமல் பார்த்து, பார்த்து மெல்ல அடி எடுத்துவைத்து நடந்தான். ஒரு சில நிமிடங்கள் கழித்து அம்மா என கத்திக்கொண்டே, காலைத்தூக்கி குத்திய முள்ளைப் பிடுங்கி எறிந்துவிட்டு என்னைப் பார்த்தான். அவனைப் பாராட்டி அனைவரும் கைதட்டுவோம், எனக் கேட்டுக்கொண்டேன். கரவொலி வகுப்பறையெங்கும் எதிரொலித்தது. அவனை எல்லோரும் ஆச்சர்யத்தோடு நோக்கினர். நான் அவர்களைப் பார்த்துக் கேட்டேன்.

“நடிக்கறது கஷ்டமா?”

“இல்லை சார்” என்றனர் அனைவரும்.

“அப்ப நாமெல்லாம் சேர்ந்து கொஞ்சநேரம் நடிக்கலாமா?” என கேட்டவுடன் “நடிக்கலாம் சார்” என உரத்தக் குரலில் கூறினர்.

“சரி, சரி நடிக்கலாம்” என்றதும் எல்லோரும் அமைதியானார்கள். வெயிலின் தாக்கம் கூடிக்கொண்டே இருந்தது. வெளியில் இருந்து ஒரு பையன், “உள்ளே வரலாமா சார்?” என்றான்.

“வரலாம்” எனக் கூறி அவனை அழைத்தேன், “சரி நடிக்கலாமா?” என்று கேட்டேன். அவர்கள் “ம்” என தலையசைத்தனர். ஒரு சிலர் என் அருகில் வந்து நிற்க போட்டி போட்டனர்.

“யார்லாம் காட்டைப் பார்த்திருக்கீங்க?” என அவர்களிடம் கேட்டேன். ஏறக்குறைய அனைவரும் பார்த்திருப்பதாகக் கூறி கையுயர்த்தினர். “சரி, யார்லாம் அதுக்குள்ள போயிருக்கிறீர்கள்?” என்றதும் ஒரு சிலர் மட்டும் கைதூக்கினர். “இப்ப நாம இதவிட ஒரு பெரிய காட்டுக்குள்ள போய்கினு இருக்கோம்னு நெனச்சிக்குங்க” என்றதும், “ஏன் சார்” என்றான் சிவப்பு நிற காற்சட்டை அணிந்து இருந்தவன். “அதுவந்து, இப்ப நாம நடிக்கப் போறது நம்ம பத்தின கதை. குறிப்பா, உங்களைப் பத்தின கதை, நீங்க காட்டுக்குள்ள போனா எப்படி இருப்பிங்க என்பத சொல்ற கதை. இங்கு யார் வேண்டுமானாலும் வழி காட்டலாம். நீங்களேகூட காட்டின் ஒரு மரமாகவோ, விலங்காகவோ இருக்கலாம், என்ன புரிந்ததா?” என்றேன். “இன்னா சார் புதுசா இருக்கு, புரியலையே சார்” என்றனர். “வேறொன்னுமில்லப்பா, நமக்கான காட்டை நாமே உருவாக்கப்போறம்” எனக்கூறியதும் “எங்க சார்” என அவர்கள் கேட்க, “இங்க தான்” என வகுப்பறையைக் காட்டினேன்.

அதற்குள் மாணவர்கள் தயாராகிவிட்டிருந்தனர். “நான் மரமா இருக்கேன் சார்” இது ஒருவன். பின்னிருந்து ஒருவன் ஓடிவந்து, “சார் நாந்தான் புலி” என்றான். மிகவும் ஒடிசலானவன் வந்து, “சார் நான் சிங்கமா இருக்கட்டா?” என்று கேட்க அனைத்து மாணவர்களும் கொல்லெனச் சிரித்தனர். நான் அவர்களை அமைதிப்படுத்தி, “இவனே சிங்கமா இருக்கட்டும்” என்றேன். அவன் மகிழ்ச்சியில் சென்றான்.

மாணவர்களைப் பார்த்துக் கேட்டேன் “இப்போது நாம் எங்கே இருக்கிறோம்?” “ ஒரு பெரிய காட்டுக்குள் சார்” என்றனர். “சரி,

உள்நோக்கி நடக்க ஆரம்பிக்கலாமா" என்றதும், "சார் அடுத்த பீரியடுக்கு வேற சார் வருவாங்களே", என்றாள் ஒரு சிறுமி. நான் மாணவர்களைப் பார்த்து மீண்டும் கேட்டேன். "இப்போது நாம் எங்கே இருக்கிறோம்?" அனைவரும் ஒரே குரலில் "காட்டில் சார்" என்றனர். "காட்டிலிருக்கும் நாம் அடுத்த பீரியடைப் பத்தி ஏன் கவலைப்படவேண்டும்" என்றேன் நான்.

காட்டிற்குள் மெல்ல நுழைதலின் ஆச்சரியத்தை அவர்களின் கண்களில் காணமுடிந்தது. நான் மெல்லிய குரலில் அவர்களுக்கு சில அறிவுரைகளை வழங்கினேன்: "காடு என்பது ஓர் உயிர் சம்பந்தப்பட்ட விஷயம். அதன் மௌனத்தை யாரும் கலைக்க முயல வேண்டாம். கிளைகளை ஒடிப்பது, இலைகளைக் கிள்ளி எறிவது, போன்ற செயல்களில் எக்காரணம் கொண்டும் ஈடுபடவேண்டாம். மேலும், எந்த உயிர்கள் மீதும் வன்முறையை பிரயோகம் செய்து விடாதீர்கள். நாம் அவைகளின் இருப்பிடத்திற்குள் பிரவேசிக்கிறோம் என்பதை நினைவில் வைத்துக்கொள்ளுங்கள்." மெல்ல அவர்களைத் திரும்பிப் பார்த்து, என் பேச்சை யாரும் பொருட்படுத்தவில்லை என்பதைப் புரிந்துகொண்டேன். நாலாதிசைகளிலும் அவர்கள் கலைந்து நடக்கத் தொடங்கி இருந்தனர்.

முதன் முதலாக அவர்கள் சுதந்திரமான ஒரு வெளிக்கு வந்திருக்கிறார்கள். அவர்களுக்கான உலகம் பரந்து விரிந்தபடியே செல்வதை பிரமிப்போடு பார்த்தபடியே முன்னேறிச் சென்றனர். சிறு சமிக்ஞை மூலம் அவர்களது கவனத்தை திசை திருப்புவது அவர்கள் மீது பிரயோகிக்கப்படும் ஆகப் பெரிய வன்முறைக்கு ஈடானதாக அவர்களால் உணரப்படும் ஆபத்துமிருப்பதை எண்ணிக்கொண்டேன்.

ஓங்கி வளர்ந்திருந்த ஒரு மரத்தின் அடியில் நின்றுகொண்டு ஒருவன் "அடேங்கப்பா! எம்புட்டு வீச்சி" என்று விழிகளில் ஆச்சரியம் கொள்ளாமல் கூறினான். நான் புன்னகைத்து நகர்ந்தேன். வெண்ணிற முயல் ஒன்று சரேலெனத் தாவி புதர்களுக்குள் மறைந்தது. தும்பிகள் அங்குமிங்கும் பறந்து திரிந்தன. பெரும்பாலான மரங்கள் இலைகளை உதிர்க்கத் தொடங்கியிருந்தன. ஒருவித செந்நிற எறும்புகள் சாரி சாரியாக கிழக்கு நோக்கி ஊர்ந்து கொண்டிருந்தன. வெயிலின் தாக்கம் மாணவர்களின் நடையைக் கொஞ்சம் தளர்வுபடுத்தியது.

"இன்னா சார், இம்மாம் பெரிய காடா இருக்குது. ரொம்ப தூரம் நடக்கனும் போல, தாகமா வேற இருக்குது சார்" என்றான். "இன்னும் கொஞ்ச தூரம் போனால் சுனை வரும். அதில் குடிக்கலாம்" என அவனை ஆறுதல் படுத்தினேன். அவர்கள் ஆளுக்கொரு திசையில் பயணப்பட்டுக் கொண்டிருந்தனர். அவர்களின் பாதங்களுக்கேற்ப வனத்தின் வழிகள் விரிந்தபடியே சென்றன. வெகுதூரத்தில் தெரிந்த சரிவான இடத்தில் நிறைய யானைக்கூட்டம் தண்ணீர் தேடி அலைவதை மாணவர்கள் ஆச்சரியத்துடன் பார்த்தபடி சென்றனர். என்னை அழைத்து "சார், யானைங்க சார்" என்றனர். நானும் அவர்களை உற்சாகப்படுத்தும் விதமாகத் தலையாட்டினேன்.

அப்போது மணிகண்டன் என்னிடம் ஓடிவந்து "சார் அரிராமனை அந்த யானைகளைப் படம் வரையச் சொன்னா எப்படி வரைவான் தெரியுமா சார்?" என்றான்.

"ஏன்டா?" என்றேன்.

அதற்குள் அனைவரும் என்னைச் சூழ்ந்துகொண்டனர் "சார் நம்ம அரிராமன்கிட்ட நீங்க எம்புட்டு பெரிய யானையைக் கொடுத்தாலும் அவன் தோ இம்மாத்துண்டு சைஸ்லதான் சார் வரைவான்" எனக் கூறியதும் அனைவரும் அவனைப்பார்த்து சிரித்தனர். அரி தலையைத் தாழ்த்திக்கொண்டான். நான் அவனை அழைத்து "ஏன்டா யானையை சின்னதா வரையற?" என்றேன். அதற்கு அவன் மிகவும் நிதானமாக, "யானைகள நீங்கதான் பெரிசா பார்க்கறீங்க. ஆனால் நான் என்னோட ஜாமிண்ட்ரி பாக்ஸ்ல இருக்கிற ரப்பரவிட பெரிசா எந்த யானையையும் பார்க்கறதில்ல சார்" என்று கூறி, அனைவரையும் அலட்சியமாகப் பார்த்தான். அவனது பதிலை யாரும் செவிமடுக்காமல் அவரவர்களது வழியில் பயணத்தைத் தொடர்ந்தபடி இருந்தனர். அரியைப் பாராட்ட வேண்டும் என நான் உணர்ந்தேன். "மிகவும் வித்தியாசமான பையன்டா நீ" என்று செல்லமாக அவனது தாடையில் தட்டினேன்.

ஒரு பெரிய மர நிழலில் ஒரு சிங்கம் கண்களை மூடியபடி படுத்துக் கிடந்தது. மாணவர்களுள் ஒரு சிலர் அதன் மீது கல்லெறிவதைக் கண்டு நான் பதற்றத்துடன் கூறினேன். "அவ்வாறு செய்யாதீர்கள். அதற்கு கோபம் வந்தால் நம்மை அடித்துச் சாப்பிட்டு விடும்." நான் கூறி முடிக்கும் முன் ஒருவன்

சிங்கத்தின் தலையில் தட்டி, "சார், இது நம்ம சுபாஷ் சார்" என்றான். மாணவர்கள் அனைவரும் கொல்லென சிரித்தனர். நான் சிங்கத்தின் தலையில் தட்டியவனைக் கூப்பிட்டு, "இப்போது நாம் எங்கே இருக்கிறோம்?" எனக் கேட்க, அவன் "காட்டில்" என்றான். "அப்புறம் எப்படி இங்க சுபாஷ் வந்தான்?" எனக்கேட்டு, சிங்கத்தைக் காட்டி, "இது என்ன" எனக் கேட்டேன் "சிங்கம் சார்" என்றான் அவன். "அப்பாடா" என ஆசுவாசப்படுத்திக்கொண்டு, "நாம் காட்டில் பயணிக்கிறோம் என்பதை மட்டும் மனதில் நினைத்துக்கொண்டு நடக்கவும்" என்று கூறி நடக்கத் தொடங்கினேன்.

எதிர்ப்பட்ட சுனையில் தாகம் தீர அனைவரும் தண்ணீர் அருந்தினோம். களைப்பைப் போக்கிக் கொள்வதற்காக அனைவரும் பெரிய மரத்தின் அடியில் அமர்ந்து பேசிக்கொண்டிருந்தோம். "இங்கு இருப்பதை நீங்கள் எவ்வாறு உணர்கிறீர்கள்" என்றேன். அவர்களுக்கு கோர்வையாக பதில் சொல்லத் தெரியவில்லை. ஆனால், புதுவித ஓர் அனுபவத்தின் ரேகைகள் அவர்களது முகமெங்கும் படர்ந்திருந்தன. அவர்களின் கண்களில் சந்தோஷம் குமிழிட்டபடி இருந்தது. அவர்கள் ஒருவரையொருவர் பார்த்துக் கொண்டனர்.

"எங்கள யாரும் இது மாதிரி வெளியில விட்டதில்ல சார்" என்று கூறினான் ஒருவன்.

"ஏன்?"

"நாங்க ஏதாவது தப்பு செஞ்சிடுவோம்னு அப்பா, அம்மா சொல்வாங்க."

நான் அவனை ஆழ்ந்து நோக்கினேன். இனம் புரியாத கோபம் அவனுள் கனன்றபடி இருப்பது தெரிந்தது.

"சரி, உங்கள்ல யார்லாம் மண்ல வெளையாடியிருக்கீங்க?"

ஒரு சிலரைத் தவிர மற்றவர்கள் அமைதியாக அமர்ந்திருந்தனர். அவர்களைப் பார்த்து ஏன், நீங்கள்லாம் வெளையாடனது இல்லையா?" என்றேன்.

"அதான் தப்பாச்சே" என்றனர் அவர்கள்.

"யார் சொன்னா?"

“அம்மாவும், டீச்சரும்.”

“அப்புறம், எங்க வெளையாடுவீங்க?”

“வீட்ல வெளையாடினா அம்மா திட்டும். பள்ளிக்கூடத்தில் வெளையாடினா சார் அடிப்பாரு” என்று காக்கி காற்சட்டையும், பொத்தான்கள் அற்ற சட்டையையும் அணிந்திருந்த ஒல்லியான ஒருவன் கூறினான்.

“நான் அடிக்க மாட்டேன். சந்தோஷம் தானே” அவர்கள் அனைவரும் மகிழ்ச்சியாகத் தலையாட்டினர்.

“அப்ப நீங்க வெளையாடுறதே கிடையாதா?”

“இல்லை” என்று அவர்கள் கைகளை ஆட்டி உதட்டைப் பிதுக்கிய விதம் எனக்கு சங்கடமாக இருந்தது.

“இப்ப நாம் வெளையாடலாமா?” என்று கேட்க. “நீங்க கூடவா எங்களோட வெளையாடுவீங்க” என்றனர் அவர்கள் மகிழ்ச்சி பொங்க. “என்ன ஆட்டம் ஆடலாம்?” எனக் கேட்டேன்.

அனைவரும் சிறிது நேரம் யோசித்தனர். அவர்களுக்குள் கலந்து பேசிக்கொண்டனர். பின், ஒருவன் கூறினான்: “சார், பஸ் ஆட்டம் ஆடலாம்.”

“பஸ்சுக்கு நாம் எங்க போறது?”

“இன்னா சார், இதுகூட தெரியாதா? ஓணான் கொடிய புடுங்கி அத முடிச்சுபோட்டு பஸ் உட வேண்டியதுதான்” என்றான் ஓர் ஒல்லி பிஞ்சு. கொஞ்ச நேரத்தில் பேருந்து தயார் ஆனது. மிக நீண்ட பேருந்து. மாணவர்கள் அதைச் சுற்றிச் சுற்றி வந்து பார்த்தனர்.

“சரி. வண்டி ரெடி. யார் டிரைவர், கண்டக்டர்?” என்றேன்.

“நான் ஓட்றேன் சார்” என ஒரு சிறுமி முன்வந்தாள்.

“சார், அதுக்கு சரியா ஓட்டத் தெரியாது சார்” என்றனர் சிலர்.

“சார், சார் அது பொண்ணு சார். அதுக்கு சரியா ஓட்ட வராது. நான் ஓட்றேன் சார்” என்றான் மணிகண்டன்.

“டேய், அவளுக்கும் ஒரு வாய்ப்பு கொடுத்துப் பாப்பம்டா. நம்மள ஆள்றவங்களும் ஒரு பெண்தானே” என்றேன்.

“சார், நாட்ட ஆள்றதுக்கும், இதுக்கும் என்ன சார் சம்பந்தம்” எனக் கேட்டான் ஒருவன்.

சிறிது நேரம் மௌனமாக இருந்தனர். பின் அவர்களில் ஒருவன் எழுந்து “சரி சார், அதுவே ஓட்டட்டும். ஆனா, நாங்க எங்கலாம் நிறுத்தச் சொல்றமோ அங்கலாம் நிறுத்தனும்” எனும் உறுதி மொழியையும் பெற்றுக்கொண்டு சம்மதம் தெரிவித்தான். எல்லோரும் அதை ஏற்றுக்கொண்டனர். உறுதிமொழி பற்றி அவள் கொஞ்சம்கூட அலட்டிக் கொள்ளவில்லை.

நாங்கள் எல்லோரும் வண்டியில் ஏறிக்கொண்டோம். நடத்துனர் பேருந்தை இயக்கலாம் என்று சைகை காட்ட பேருந்து வேகமெடுத்தது. இருபுறங்களிலும் மரங்கள் சாரிசாரியாக எங்களுக்குப் போட்டியாக நகர்ந்தன. குளிர்ந்த காற்று வீசத் தொடங்கியது. ஜன்னல் ஓர இருக்கை வேண்டி எங்களுக்குள் சண்டை இட்டுக் கொள்ளத் துவங்கினோம். அமைதியாகப் பயணிக்கவும் என்று அடிக்கடி நடத்துனர் எச்சரிக்கை செய்தபடி இருந்தார். எந்தவித சுணக்கமும் இன்றி அவள் பேருந்தை வெகு லாவகமாக ஓட்டினாள். வானத்தில் மேகங்கள் சிதறிக் கிடந்தன. பேருந்து நிதானமாக மேல் நோக்கி ஏறத் தொடங்கியது. “நாம் இப்போது கடல் மட்டத்திலிருந்து சுமார் 2400 மீட்டர் உயரத்தில் பயணம் செய்து கொண்டிருக்கிறோம்” என நடத்துனர் கூறியவுடன் கீழே பார்த்தோம். நாங்கள் எவ்வளவு ஆபத்தான பயணத்தை மேற்கொண்டிருக்கிறோம் என்பதை அப்போதுதான் உணர முடிந்தது. பல கொண்டை ஊசி வளைவுகளை அனாயாசமாக அவள் கடந்து சென்றாள். சாலையின் இருபுறங்களிலும் அமர்ந்திருந்த குரங்குகள் திக்குக்கொன்றாக சிதறி ஓடின. மரத்தில் பலாப்பழம் வெடித்து, வாசனை வீசிக் கொண்டிருந்தது. வெகுநிதானமாக பயணம் செய்து மலையின் உச்சியை அடைந்தோம். அங்கு பெரிய புல்தரை பரந்து விரிந்து கிடந்தது. அப்போது ஒருவன் கேட்டான்: “இன்னா சார், உச்சி தரை மாதிரியே இருக்குது. ஆனா, படத்துல கூரா இல்ல இருக்குது.” எனக்கு எப்படி விளங்க வைப்பதெனத் தெரியவில்லை. சட்டென பேச்சை மாற்றி, “கீழே பாருங்குடா, எல்லாம் எப்படி தெரியுது” என்றேன். “ஆமா சார்” என ஆச்சரியத்தோடு அவர்கள் பார்த்துக் கொண்டிருக்கும்போது,

“இது எத்தனாவது வகுப்பு?” என யாரோ கேட்கும் குரல் வந்த திசையை நோக்கிப் பார்த்தேன். மடிப்பு கலையாத ஆடையுடன், அழுந்த வாரிய தலையுடன் தோற்றமளிக்கும் ஒருவர் என்னை நோக்கி வந்து கொண்டிருந்தார். எனக்கு ஒன்றும் புரியவில்லை.

“நீங்க தான் நாலாவதை ஹேண்டில் பன்றீங்களா?” எனக் கேட்டார். “எந்த நாலாவது?” என நான் கேட்டேன். “இந்த பள்ளியில எத்தனை நாலாவது இருக்குது?” என அவர் கேட்டார். நான் அவரைப் பார்த்து மிகவும் மெதுவான குரலில், “இத்தனாயிரம் மீட்டர் உயரத்துக்கு வந்த அப்புறமும் நான்காவது குறித்த உங்களின் இந்தக் கேள்வி அவசியமானதா?” என்றேன்.

“நான் உங்களின் உயர் அதிகாரி. நான் கேட்கும் கேள்விகளுக்கு பதில் சொல்வது உங்களது கடமை” என கொஞ்சம் கண்டிப்போடும், வேகமாகவும் கூறினார்.

“நான் என்ன சார் சொல்லிட்டேன். இதெல்லாம் வகுப்புல வச்சிக் கேக்க வேண்டியது. இவ்ளோ உசரத்துலயும் வந்து நீங்க அதையே கேட்க வேண்டுமா?” என்றேன்.

“நான் மாணவர்களின் அடைவுத்திறனை சோதித்துப் பார்க்கலாமா?”

நான் மௌனமாக இருந்தேன். மாணவர்கள் விளையாடிக் கொண்டிருந்தனர். அவர்களைத் தொந்தரவு செய்து விடுவாரோ என பயந்தபடி இருந்தேன். “என்ன மிஸ்டர், நான் கேட்டுட்டே இருக்கேன், நீங்க வாய தொறக்க மாட்டீங்களா?” என ஆவேசப்பட்டார்.

“சார், நான் இதுல என்ன சொல்ல வேண்டியிருக்கு... இவ்ளோ பெரிய அடர்ந்த வனத்துல வந்தும், மாணவர்களை சோதிக்கனும்னு சொன்னா என்னால என்ன செய்யமுடியும் சொல்லுங்க” என்றேன் அமைதியான குரலில். மேலும், பட்டாம்பூச்சி பிடித்து விளையாடும் ஒருவனைக் காட்டி, “இத விட அந்தப் பசங்களுக்கு உங்களால வேற என்னத்த சார் செஞ்சிட முடியும்” என்று கேட்டேன். அவர் ஒன்றும் பேசாமல் வந்த வழியே திரும்பி நடந்தார்.

சிறிது நேரம் கழித்து உணவு இடைவேளைக்கான மணி ஒலித்தது. நானும், மாணவர்களும் அறையை விட்டு வெளியில் வந்தோம். சூரியன் எங்கள் தலைக்கு மேலாக நிலைகொண்டிருந்தது.

அந்த வாரத்தின் இறுதி நாள். வழக்கம்போல தலைமை ஆசிரியர் அறையில் ஆசிரியர்கள் ஒருங்கிணைப்புக் கூட்டம் நடந்தது. கூட்டம் என்றால் ஏதோ பெரிய சங்கதி என எண்ண வேண்டாம். ஒரு டீயும், ஒரு வடையுடனும் நடக்கும் மிகவும் எளிய கூட்டமிது. பள்ளியில் ஏற்படும் இடர்பாடுகள், மாணவர்களின் கற்றல் அடைவுகள், இன்ன பிற செயல்பாடுகள் பற்றி விரிவாக ஆராயப்படும். அதுதான் நடைமுறை. ஆனால், அநேக இடங்களில் அப்படியில்லை. தன் மகனின் நுழைவுத் தேர்வு சாகசங்கள், தன் மகளின் தலைப்பிரசவம் மற்றும் சில உரையாடல்களை நிச்சயம் ஒவ்வொரு கூட்டத்திலும் வெவ்வேறு நபர்களின் மூலமாகக் கேட்க முடியும். டீயைக் குடித்து விட்டுத் தான் எங்கள் தலைமை ஆசிரியர் பேசுவது வழக்கம். ஆனால், அன்று என்னவோ சற்று முன்னமே பேச எழுந்தவர், எங்களைப் பார்த்துக் கேட்டார்.

“வேறெதாவது கருத்து கூற வேண்டியிருப்பின் கூறலாம்.”

நாங்கள் அவரின் அழைப்பை செவிமடுக்காதவர்களைப் போல அமர்ந்து கொண்டிருந்தோம். பள்ளிக்கூடம் மிகவும் நிசப்தமாக இருந்தது. விளையாட்டு மைதானத்தில் சில மாணவர்கள் மட்டும் விளையாடிக் கொண்டிருந்தனர். தலைமையாசிரியர் அவரது மேசையில் இருந்த கண்ணாடி உருண்டையை உருட்டியபடியே பேசினார். அவரின் பேச்சு என்னை மையப்படுத்தியதாகவே இருந்தது. எனக்கு ஏன் அவர் அவ்வாறு பேசுகிறார் என்பது புரியவில்லை. என்னை மையப்படுத்துமளவுக்கு நான் எந்தத் தவறையும் செய்திருக்கவில்லை. காலம் தவறாமல் பள்ளிக்கு வருவது, வகுப்பறைகளுக்குத் தகுந்த ஆயத்தத்தோடு செல்வது, முறையாகப் பாடம் நடத்துவது ஆகியவற்றை மிகவும் நேர்த்தியாகப் பின்பற்றிக் கொண்டிருந்தேன். எனக்களிக்கப்பட்டிருந்த பிற அலுவலக வேலைகளை ஒழுங்காக முடித்து விடுவதும் உண்டு. அப்படியிருந்தும் ஏன் அவர் என்னை மறைமுகமாகக் குத்திக்காட்டுகிறார் என்பதைப் புரிந்துகொள்ள முடியவில்லை.

அவர் பேசப் பேச எல்லோரும் நெளிந்தனர். எதிரேயிருந்த வடை ஆறிப்போயிருந்தது. நான் மெதுவாக வடையைப் பிட்டு உண்ணத் தொடங்கியிருந்தபோது, என் சக ஆசிரியர் ஒருவர் என்னிடம் கூறினார்.

“நானும் ஒவ்வொரு மீட்டிங்கிலும் பாக்கறேன். வேற ஏதாவது மாத்தி பேசுவாறானு, அரைச்ச மாவயே அரைச்சிகினு இருக்கிறாரு.”

நான் பணிக்கு வந்த புதிது என்பதால் அவரின் கருத்துக்கு என்னால் பதிலளிக்க முடியவில்லை. எல்லோரும் ஏதாவதொரு சத்தியத்துக்குக் கட்டுப்பட்டவர்கள் போல அமர்ந்திருந்தனர். வானம் இருட்டிக்கொண்டு வந்தது. எப்படியும் சீக்கிரமே விட்டுவிடுவார் என எதிர்பார்த்திருக்க, அவரோ சரியாக ஐந்து மணிக்குத் தன் சிற்றுரையை முடிப்பதாகக் கூறி அமர்ந்தார். மற்றொரு உதவி ஆசிரியர் அன்றைய தீர்மானங்களை வாசித்தார். பின், எல்லோரும் கையெழுத்திட்டு விட்டு தலைமையாசிரியரின் அனுமதிக்காகக் காத்திருந்தபோது அவர் பேசினார்.

“விஜய், அந்த வண்டிய கீழ இறக்குங்க.”

நான் வண்டியைக் கீழே இறக்கிவிட்டு வந்து நின்றேன்.

“உக்காருங்க விஜய்.”

“இருக்கட்டும் சார்.”

“அட, உக்காருங்க.” என செல்லமாகக் கடிந்து கொண்டபின் என்னிடம் கூறினார்.

“இப்பதான் நீங்க போஸ்டிங்க்கு வந்திருக்கீங்க. அத முதல்ல காப்பாத்திக்கனும் புரியுதா? நாம வர்றது பாடம் நடத்தறக்குத்தான். அததான் நாம மொதல்ல செய்யுனும், புரியுதா?”

“என்ன யோசிக்கிறீங்க?” என்று என்னைக் கேட்டவர் தொடர்ந்து பேசினார்.

“மாட்ட மேச்சமா, கோல போட்டமா”னு இருக்கனும் விஜய். ஒரு நாள் உங்க வகுப்பறைய கவனிக்க வந்தவன் வெளியிலேயே நின்னுட்டேன். நீங்க பசங்கள காட்டுக்கு கூட்டிட்டு போறதா

சொல்லிட்டிருந்தீங்க அப்படியே கூட்டிட்டுபோயி ஏதாவது பிரச்சனை வந்தா யார் பொறுப்பு? மொத என்னைத்தான் விளக்கம் கொடுன்னு கேப்பான். இதுலாம் தேவையா? பாடத்த மட்டும் பாருங்க விஜய். மத்ததெல்லாத்தையும் ஒதுக்கிடுங்க, புரிஞ்சுதா?"

நான் தலையை மட்டும் ஆட்டினேன். அவருக்கு எந்த பதிலையும் அளிக்கும் மனநிலையில் நான் இல்லை. ஆனால், ஒரு முடிவுக்கு வந்துவிட்டிருந்தேன். அடுத்த நாளிலிருந்து ஒன்றும் ஒன்றும் இரண்டு என்பதை மட்டும் சொல்லிக் கொடுத்தால் போதும் எனத் தோன்றியது.

• • •

ஹேராம்

பேருந்தில் உடன் பயணிக்கும் ஒருவர் தன்னை, "அயோத்தி ராமர்" என்று அறிமுகப்படுத்திக்கொண்டால் நீங்கள் எப்படி உணர்வீர்கள்? எனக்கு தூக்கிவாரிப் போட்டது. உடல் முழுவதும் மெல்ல நடுக்கம் பரவியது. அவர் கூறியதிலிருந்து சுலபத்தில் மீள முடியவில்லை. "நீங்கள் கூறுவது உண்மைதானா?" எனும்படி அவரை ஆழ்ந்து பார்த்தேன். தனது காவியேறிய பற்களைக் காட்டிச் சிரித்து, செல்லமாகக் கிள்ளியபோது தான் சுயநினைவுக்கு மீண்டேன். மட்டமான மதுவை அவர் அருந்தி இருக்கக் கூடும் என்பதை அவரிடமிருந்து வந்த நாற்றத்தை வைத்து ஓரளவு யூகிக்க முடிந்தது.

பேருந்து வேகமாக ஓடிக்கொண்டிருந்தது. கோடைகாலமாதலால் ஒரே உஷ்ணம். வேர்த்துக் கொட்டியது. உறவினர்களைப் பார்ப்பதன் பொருட்டு குஜராத் வந்துபோக இதுதானா சரியான நேரம், என என்னையே நொந்து கொண்டேன். நடத்துனர் என் இருக்கை அருகே வர இன்னும் கொஞ்சம் நேரம் ஆகக்கூடும். ஆனால், இவர் கையில் பணத்தை வைத்துக்கொண்டு நடத்துனருக்காகக் காத்திருப்பதைக் கண்டு சிரிக்கத்தான் தோன்றியது. காந்தி நகர் மையப் பேருந்து நிலையத்திலிருந்து வெகு தூரம் கடந்து விட்டிருந்தோம். அவரது உடம்பில் இருந்து துர்நாற்றம் வீசியது. குளித்து ரொம்ப நாள்

ஆகியிருக்கலாம். ஒருவேளை இராவண யுத்தம் முடிந்ததிலிருந்து கூட இருக்கலாம்.

என் சிந்தனை சட்டென சீதையின் மேல் குவிந்தது. எவ்வளவு வாளிப்பான உடம்பு. இலங்கையிலிருந்து கொண்டு வரப்பட்டவள் எங்கு இருக்கிறாள்? அவ்வப்போது ஊடகங்களில் ராமர் பற்றிய செய்திகள் மட்டும்தானே வருகிறது? சீதை என்னவானாள் என எனக்குள்ளேயே கேள்விக் கணைகளை ஏவிக் கொண்டேன்.

கணைகள் எனும் போது ராமனது "வில்" வேறு ஞாபகத்திற்கு வந்து தொலைத்தது. மெல்ல அவரைத் திரும்பிப்பார்த்தேன். கழுத்தில் ஒரு நைந்த ஜோல்னா பை மட்டும் தொங்கிக் கொண்டிருந்தது. அவரது சட்டைப் பையில் கசங்கிய நிலையிலிருந்த புகையிலைப் பொட்டலத்தை நான் பார்த்ததை அவர் பார்த்திருக்கக் கூடும். மெல்லிய புன்னகையோடு அதை கையில் எடுத்து பாலித்தின் பையில் "ராமவிலாஸ் வாசனைப் புகையிலை" என இந்தியில் எழுதியிருந்ததை வாசித்துக் காட்டினார். நான் அதில் அச்சிடப்பட்டிருந்த நீலம் பாரித்த ராமனையும், சீதையையும், அவர்களுக்கு கீழே அமர்ந்திருந்த அனுமனையும் பார்க்க நேரிட்டது. நாடகத்திலும், திரைப்படத்திலும் பார்த்த நீலம் பூசிய ராமனைப் போன்ற மனிதர்களை நிஜ வாழ்க்கையில் சந்திக்காதது எனக்கு சிறுவயதுகளில் பெருத்த ஏமாற்றத்தை உண்டு பண்ணியது. மேலும், சிறுவயதில் எனக்கும் அந்த வண்ணத்தின் மீது தனியானதொரு ஈடுபாடும் வளர்ந்திருந்தது. அவரும் ஒருமுறை அப்படத்தை ஊன்றி கவனித்துவிட்டு, என்னைப் பார்த்து மெல்லச் சிரித்தார்.

அவரிடம் கேட்க எனக்கு ஆயிரம் கேள்விகள் இருந்தன. ஆனாலும், அவரைப்பற்றிய சந்தேகம் துளிர்விட்டபடியே இருந்தது. உண்மையில் அறிந்தவரை ராமன் எப்பேர்பட்ட வீரன். தோள் கண்டார் தோளே கண்டார் எனக் கூறுவார்களே, அதுவெல்லாம் உண்மையாக இருக்க முடியுமா? அவரைப் பார்த்தால் அப்படித் தோன்றவில்லை. நீண்ட நாட்களாக பட்டினியால் வாடி, மார்பு சூம்பிக் கிடந்தது. பார்வைகூட மட்டுப்பட்டிருக்கக்கூடும். அவரிடம் எப்படிக் கேட்பது என்று புரியவில்லை. "நீங்கள் எங்கிருந்து வருகிறீர்கள்" எனக் கேட்டால்

"அயோத்தியிலிருந்து" என்று மட்டும் கூறும் அவர் வேறொன்றும் கூறுவதில்லை.

பேருந்து சாலையோர உணவு விடுதியில் நின்றது. பயணிகள் சாப்பிட, சிறுநீர் மற்றும் மலம் கழிக்க, இறங்கிக் கொண்டிருந்தனர். அவர் மட்டும் இறங்கவில்லை. பணம் இல்லாமல் இருக்குமோ என்று அவரைக் கேட்டேன். "அதுவெல்லாம் பிரச்சினையில்லை" என்று கூறியபடி துண்டை எடுத்து கழுத்தைத் துடைத்துக்கொண்டார். "பின்னர் எதுதான் பிரச்சனை" என்று கேட்டபோதுதான் ஏற்கனவே குஜராத்தில் பாதிக்கப்பட்ட கதையைக் கூறத் தொடங்கிவிட்டார்:

அன்றும் நல்ல வெயில். காந்தி நகர் பேருந்துநிலையத்தில் கால்வைக்கும்போதே உணர்ந்தேன், ஏதோ அசம்பாவிதம் நடந்து கொண்டிருக்கிறதென. மயான அமைதி நிலவிக் கொண்டிருந்தது. கடைகள் அடைக்கப்பட்டிருந்தன. என்னை இறக்கிவிட்ட பேருந்தைத் தவிர வேறொன்றும் அங்கு இல்லை. சாலைகளில் அங்குமிங்குமாக பேருந்து டயர்கள் எரிந்து கொண்டிருந்தன. காவலர்கள் ரோந்து சுற்றிக்கொண்டு வந்தனர். மனதில் மெல்ல பயம் ஊறியது. கால்கள் துவண்டன. அப்போது கைகளில் பயங்கர ஆயுதங்களுடன் ஒரு கும்பல் என்னைச் சூழ்ந்து கொண்டது. தலையில் காவித்துணி கட்டியிருந்தவன், "நீ யார்?" என என்னைக் கேட்டான். அதே நேரம் சாலையில் ஒரு கும்பல் ஒரு பெண்ணைச் சூழ்ந்துகொண்டு தொந்தரவு செய்தபடி இருந்தது. அவள் ஈன சுரத்தில் கத்தியது என்னைக் குலைநடுங்க வைத்தது. சாலையென்றும் பாராமல் அவர்கள் அங்கேயே அந்தப் பெண்ணை புணரும் கோரத்தை நானும் பார்க்க வேண்டியிருந்தது. தொடர்ந்த புணர்ச்சியின் காரணமாக அவள் மூர்ச்சையானாள். அருகில் கிடந்த பர்தாவை எடுத்து அவள் யோனிக்குள் செருகிவிட்டு மறைந்தது அந்தக் கும்பல். பயத்தில் சிறுநீர் முட்டிக்கொண்டு வந்தது. இதைப் பார்த்த அவர்கள் கிண்டலும், கேலியுமாக சிரித்தனர். தலையில் காவித்துணி கட்டியிருந்தவன் என்னைப் பார்த்து இவ்வாறு கேட்டான்: நீ இந்துவா? முசல்மானா? எனக்கு ஒன்றும் புரியவில்லை. இத்தனை ஆண்டுகாலம் தான் ஓர் இந்துவாக எப்போதாவது உணர்ந்திருக்கிறோமா எனும் சிந்தனை என்னுள் ஓடியது. என்ன பதில் சொல்வது என்று தெரியாமல் மௌனமாக இருந்தபோது கூட்டத்திலிருந்த ஒருவன், "அவன் வேட்டிய அவுருங்கடா" என்றான். அவன் கூறி முடிக்கும்முன், நான் இவ்வளவு பரந்த

உலகில் அம்மணமாக நின்றேன். ஒருவன் தன் கரங்களால் என் குறியைத் தூக்கிப் பார்த்து "சுன்னத் செய்யல, இவன் இந்துதான்" எனக் கூறி, என் வேஷ்டியை எடுத்துக் கொடுத்தான். எனக்கு ஏதும் புரியவில்லை. இவ்வளவு சர்வசாதாரணமாக ஒருவனை நடத்த முடியுமென்பதை நான் அதுவரை கண்டதில்லை.

சாலையில் வேறொரு கும்பலிடம் அகப்பட்ட ஒருவன் சத்தமாக 'ஹேராம்' எனச் சொல்லிச் செல்வது எனக்கு ஆச்சரியத்தை அளித்தது. எனக்காகவா இதையெல்லாம் அவர்கள் செய்கிறார்கள், என நினைத்தபோது கொஞ்ச நேரத்திற்கு முன்பு நான் அம்மணமாக நின்றிருந்த காட்சி மனதில் தோன்றி மறைந்தது.

காவித்துணியைக் கட்டியிருந்தவன் என்னைப் பார்த்துக் கூறினான். "பார்த்து பதமாக போ. நம்மாளே எவனாவது போட்டுத் தள்ளிடப் போறான்" என்று கூறி தன் காவித்துணியை என்னிடம் கொடுத்து தலையில் கட்டிச் செல்லுமாறு கூறினான். இன்னொருவன் என்னைச் சீண்டி அழைத்து, "ஏதாவது பிரச்சினைன்னா 'ஹேராம்' என வேகமாக கத்தத் தொடங்கிவிடு. ஆபத்து வராது" என்று கூறினான். கொஞ்ச நேரத்தில் அவர்கள் என்னை கடந்து சென்றுவிட்டார்கள். ஆசுவாசப்படுத்திக்கொள்ள நன்கு காற்றை உள்ளிழுத்து விட்டேன். அவர்கள் என்னையே 'ஹேராம்' எனச்சொல்லச் சொன்னது எனக்கு சிரிப்பை ஏற்படுத்தியது. நான் உயிரோடு மீள்வேன் என்பதில் கொஞ்சம் கூட நம்பிக்கை இல்லை. அங்கு வன்புணர்ச்சிக்கு ஆளாக்கப்பட்ட அவள் நிச்சயம் இறந்திருக்கக் கூடும். அதிகமான ஈக்கள் அவள் உடலெங்கும் மொய்த்துக் கொண்டிருந்தன. அருகில் செல்ல எனக்கு பயமாக இருந்தது. அவளைக் கடந்து செல்லும் ஒருசிலர் கூட ஏதும் காணாதது போல சென்று கொண்டிருந்தனர். ஒரு ரோந்து வாகனம் என்னைக் கடந்து சென்றபோது நான் அதை உதவிக்கு அழைத்தேன். அவர்கள் என்னை வண்டியில் ஏற்றிக்கொண்டனர். வண்டியில் காவித்துணி கட்டிய வேறொருவனை மீண்டும் பார்த்தபோது என்னுள் பயம் குமிழ் விட்டது. கொஞ்ச தூரம் சென்றபின் ஒரு போலீஸ்காரனிடம் தான் இங்கு இறங்கிக் கொள்வதாகக் கூறி அவன் இறங்கி நடந்தான். காவலர்கள் என்னை பத்திரமாக பேருந்தில் ஏற்றி அனுப்பி வைத்தனர்.

இந்த சம்பவத்தை அவர் கூறி முடித்தபோது அவரது முகத்தைப் பார்த்தேன். பயம் முகமெங்கும் படர்ந்திருந்தது. கைகால்களில் ரோமங்கள் சிலிர்த்திருந்தன. நெடிய மூச்சை உள்ளிழுத்து விட்டார். தன் பையிலிருந்து புகையிலையை கொஞ்சம் எடுத்து உள்ளங்கையில் வைத்து உருட்டி வாயில் அதக்கிக் கொண்டார். பேருந்து கிளம்பியது. அவரிடமிருந்து அதிகப்படியான கற்றாழை நாற்றம் வரத் தொடங்கியபோது என்னால் அவர் அருகில் உட்கார்ந்திருக்க முடியவில்லை. என் தலையை வெளிப்பக்கமாகத் திருப்பிக் கொண்டேன். சிறிது நேரத்தில் என்னை யாரோ தீண்டுவது போல இருந்தது. திரும்பிப் பார்த்து, அவர்தான் என்னைக் கூப்பிட்டது என்று தெரிந்துகொண்டு, "என்ன வேண்டும்" என்று கேட்டேன்.

"குடிக்கக் கொஞ்சம் தண்ணீர் வேண்டும்" என்றார்.

என் பையில் இருந்த தண்ணீர் பாட்டிலை எடுத்து அவரிடம் கொடுத்தேன். வேக வேகமாக அருந்தினார். "மெதுவாகக் குடியுங்கள்" என்றேன். தண்ணீரை மேலும், கீழும் சிந்தியபடி குடித்து முடித்து நன்றி கூறினார். எப்படி இருந்த மனிதன் இப்படி ஆகிவிட்டாரே என்றும், இந்தத் தள்ளாத வயதிலும் ஏன் இப்படி சுற்றித் திரிய வேண்டுமெனவும் எண்ணிக் கொண்டேன்.

சிறிது இடைவெளி விட்டு நானே அவரிடம் பேசினேன்: "நீங்கள் ஏன் இப்படி இந்த வயதிலும் ஒண்டியாகக் கஷ்டப்படுகிறீர்கள்?"

"ரொம்ப காலமாக நான் தனியாகத்தான் இருக்கிறேன்" என்றார் அவர்.

"ஏன்?" என்றேன்.

"அது பெரிய கதை சார்" என்றவரின் மனதில் புகைப்படத்தின் துல்லியத்துடன் இலங்கையில் இருந்து சீதையை மீட்டு வந்த காட்சியும் அதன் பிறகான நிகழ்வுகளும் ஒன்றன்பின் ஒன்றாக குமிழிடத் தொடங்கின.

தூரத்தில் கடல் சீற்றத்தோடு மேலெழும்பிச் சரிந்து கொண்டிருந்தது. ஓங்கி வளர்ந்திருந்த தென்னைகள் காற்றின் போக்கிற்கு ஏற்ப ஆடிக்கொண்டிருந்தன. சீதையை மீட்டு வந்த பின்பும் இனம் புரியாத வேதனையில் துடித்துக்கொண்டிருந்தது ராமரின் மனம். ராவணனின் தோட்டத்தில் சிறை

வைக்கப்பட்டிருந்த சீதையைப் பற்றி மக்கள் என்ன நினைப்பார்கள் என்ற சிந்தனை அவர் மனதை ஒரு முள்ளாக கீறிக் கொண்டிருந்தது. வானரப் படைகள் அவரைச் சுற்றி சூழ்ந்து நின்று கொண்டிருந்தன.

சீதை தன் மனைவி மட்டும் அல்ல; அவள் இந்த பரந்த பேரரசின் மகாராணியாகவும் அல்லவா இருக்கிறாள். அடுத்தவன் அரண்மனையில் அடைக்கப்பட்டு இருந்தவள் எப்படி மகாராணி பட்டத்தை சுமந்து கொண்டிருக்க முடியும் என்று யார் மனமாவது எண்ணினால் என்ன செய்வது எனும் யோசனையும் அவர் மனதில் ஓடிக்கொண்டிருந்தது. காலம் மெல்ல நகர்ந்து கொண்டிருந்தது. பறவைகள் தங்கள் கூடுகளுக்குத் திரும்பிக் கொண்டிருந்தன.

ஆனால் ராமர் மனம் பலவாறாகக் குழம்பிக் கிடைப்பதை உணராமல் அரண்மனைக்குச் சென்று வாழ்க்கையை மீண்டும் புதியதாகத் தொடங்குவது பற்றிய சிந்தனையில் ஆழ்ந்திருந்தாள் சீதை. புல்லினங்கள் சடசடத்துக்கொண்டு திரிந்தன. வண்டின் ரீங்காரம் நெடுந்தொலைவிற்குப் பரவியிருந்தது.

தற்காலிகமாக ஏற்படுத்தப்பட்ட பர்னசாலைக்கு வந்ததிலிருந்தே ஏதோ சிந்தனையில் இருக்கும் ராமரைப் பார்த்தாள். அருகில் வந்து அவரின் கண்களை ஊடுருவினாள். அவர் முகம் கலவரம் அடைந்து காணப்பட்டது. எதுவும் விளங்காமல் அவரிடம் கேட்டாள்: "யுத்தம் தான் ஜெயமாகிவிட்டதே இன்னும் என்ன யோசனை?" அவள் வார்த்தைகள் அவரின் செவியில் மோதியபோது தான் அவர் சீதையைத் திரும்பிப் பார்த்தார். தனது மனதை முள்ளாக அறுத்துக்கொண்டிருக்கும் கேள்வியை அவளுக்கு எப்படிப் புரியவைப்பது என்று தெரியாமல் துடித்தார். அவர் ஏதோவொரு சங்கடத்தில் சிக்கி தத்தளித்துக் கொண்டிருப்பதைப் புரிந்துகொண்டவளாக, "என்னிடம் சொல்லாமல் மறைக்க உங்களிடம் எதுவும் இருக்கிறதா அன்பே?" என்று வார்த்தைகளில் அன்பைக் குழைத்தபடி கேட்டாள்.

இதற்குமேல் அவரால் மறைக்க முடியவில்லை. அவர் மனத்திற்கும் தாங்கும் சக்தி இல்லாமல் இருந்தது. சீதையின் முகத்தை மீண்டும் உற்றுப் பார்த்தார். அவள் கண்களைப் பார்த்தார். சீதையை யாராவது ஐயப்பட்டு, மகாராணியாக

இருக்கத் தகுதியற்றவள் என்று சொல்லிவிடுவார்களோ என்று எண்ணியபோது மறுபடியும் அவருக்கு உடல் நடுங்கத் தொடங்கியது. அந்த நொடியில் சீதையை நிராகரிப்பதே சரியெனப்பட்டது அவருக்கு. தனது குல கௌரவத்திற்கு அகலாத வடுவாக பிறன் சிறையில் இருந்த சீதை இருந்துவிடுவாளோ என்று எண்ணித்துடித்தார்.

என்னதான் நினைக்கிறார் என்பது புரியாமல் அவள் அவரைப் பார்த்து, "போர்தான் முடிந்துவிட்டதே, அப்புறமும் வில்லை சுமந்து கொண்டேதான் இருக்க வேண்டுமா?" என்று கேட்டாள். வில்லை எடுத்து அருகில் சார்த்திவிட்டு சீதையைப் பார்த்து உரையாடத் தொடங்கினார்.

"பெண்களுக்கு பாதுகாப்பு எது தெரியுமா?"

சட்டென்று அவர் இப்படி கேட்டதும் அவளுக்கு என்ன பதில் சொல்ல வேண்டும் என்று தெரியாமல் விழித்தாள். ஆழ்ந்து யோசித்து "பெண்ணுக்குப் பாதுகாப்பு அவள் கணவன்தான்" என்றாள். அவள் கூறிய பதிலில் திருப்பதிவுறாமல் அவர் இல்லை என்பது போல தலையை ஆட்டினார்.

"அப்ப தந்தைதான் பெண்ணுக்குப் பாதுகாப்பா?" என்று கேட்டாள்.

தவறான பதில் என்பதுபோல உதட்டைப் பிதுக்கினார்.

சரியான பதில் எதுவாக இருக்கும் என்று ஆழ்ந்து யோசித்து அவரைப் பார்த்து சொன்னாள்: "இப்ப சொல்லப்போற பதிலைக் கேட்டு என்னைக் கிண்டல் செய்ய மாட்டேன்னு சொல்லுங்க. நான் பதிலைச் சொல்றேன்."

"நான் ஒன்னும் சொல்லமாட்டேன். பதிலைச் சொல்லு."

"பெண்ணுக்குப் பாதுகாப்பு நாட்டை ஆளும் அரசன் தான்."

அவளின் பதிலைக்கேட்டு அவர் வெடித்துச் சிரித்தார். பின் அவளின் தலையை வருடிக்கொண்டே தன் மனதில் தயாராக வைத்திருந்த பதிலை ஒப்பிக்கத் தொடங்கினார்:

“உடுத்தியிருக்கும் உடையோ, இருக்கும் வீடோ, அரண்மனை வாசமோ அரண் போன்ற பாதுகாப்போ அல்ல. இவை அனைத்தையும்விட ஒரு பெண்ணுக்குப் பாதுகாப்பு அவளது நன்னடத்தையே.”

இப்போது ஏன் இதுபோன்ற பதிலைச் சொல்லவேண்டும் என்று விளங்காமல் அவரைப் பார்த்துக் கொண்டிருந்தாள் சீதை. சிறிய மான்குட்டி துள்ளிக்குதித்தபடி ஓடிவந்து அவர்களின் ஊடாக நுழைந்து ஓடியது.

அவர் பார்வை தொலைவில் பதிந்திருந்தது. பல்லாயிரம் பேரைக் கொன்று குவித்து மூச்சுவிட்டபடி கிடக்கும் வில்லை அவள் பார்த்தபடி இருந்தாள். தன் மீதான எல்லையற்ற அன்பின் காரணமாகவே ராமர் இதைச் செய்திருக்கிறார் என அவள் உணர்ந்தபோது சந்தோஷத்தின் கீற்றுகள் உடம்பு முழுக்கப் பரவியது. ஊசலாட்டத்தில் உழன்று கொண்டிருக்கும் ராமரின் மனதை என்ன செய்தும் சீதையால் அறியமுடியாமல் துயருற்றாள்.

“இப்படி இருப்பது உங்கள் சுபாவமல்லவே” என்று அவரைப் பார்த்துக் கேட்டாள்.

சீதையின் மூலமாக தனது வம்சத்திற்கு இழிவு நேர்ந்து விடுமோ எனும் சிந்தனையே அவர் மனதை அழுத்திக் கொண்டிருந்தது. ஆனாலும் அவள் மீதான காதலும் அன்பும் அவருள் பெருக்கெடுத்தபடியே இருந்தாலும் பிறர் அவளைப் பார்த்து விரல் நீட்டிவிடக்கூடாதே என்றும் துடித்தார். இதன் காரணமாக அவளை நிராகரித்துவிடுவதே சரி என்று இரண்டாம் முறையாக எண்ணினார்.

சாந்தமே உருக்கொண்டு நிற்கும் சீதையை உற்றுப் பார்த்தார். அவள் கண்களில் கலங்கம் துளியும் இருக்கவில்லை. ஆனாலும் சந்திர வம்சம் எனும் பெரும் கயிற்றால் கட்டப்பட்டிருக்கும் தன் கையால் எதையும் செய்ய இயலாதபடி ராமர் அவளைப் பார்த்தார். அவளும் வெறுமையோடு அவரைப் பார்த்தாள். அப்போது ராமர் உறுதியாக சில சொற்களை அசரீரியைப்போல உதிர்த்தார். “மனமோ ஆசையில் ஏற்றுக்கொள்ள வேண்டும் என்று ஏங்குகிறது. ஆனால் மாற்றான் வீட்டில் தங்கிய பெண்ணை எந்த கௌரவமுள்ள மனிதன்தான் திருப்பி அழைத்துக்கொள்ள விரும்புவான்?”

அச்சொற்கள் அவள் மனதை நொறுங்கச் செய்தன. இதுவரை நடந்ததெல்லாம் வெறும் நாடகம் தானா? அன்பும் காதலும் பீறிட்ட கணங்கள் எல்லாம் பொய்யோ? என நினைத்த சீதையின் உடல் நடுங்கத் தொடங்கியது. நீண்ட மூச்சை இழுத்து விட்டபடி அவர் உதடுகளா இதுபோன்ற வார்த்தைகளை உச்சரித்திருக்கும் என மறுபடியும் ஐயம் தீர அவரது கண்களை உற்றுப் பார்த்தாள். கடல்தாண்டி வந்தது. ராவணனுடன் போர் புரிந்தது, லட்சோப லட்சம் பேரைக் கொன்று குவித்தது எல்லாம் திட்டமிட்ட நாடகத்தின் அடுத்தடுத்த காட்சிகள் தானோ? என பல்வேறு எண்ணங்கள் அவள் மனதில் சுழன்றபடி இருந்தன. திரும்பி ராமர் முகத்தைப் பார்த்தாள். அவ்வார்த்தைகளை ஆமோதிப்பது போல அவரின் பார்வைகள் இருந்தன. அவ்வார்த்தைகள் கூரிய முட்களைப் போன்று தன் இதயத்தைக் குத்திக் கிழிப்பதாக உணர்ந்து துடித்தாள். என்ன செய்வதென்று அவளுக்குப் பிடிபடவில்லை. தன் மீதான காதலின் பொருட்டே எல்லாம் நடந்திருக்கின்றன எனும் மனக்கோட்டையை அவளே இடித்து நொறுக்கினாள். அவள் மனதில் தொடர்ந்து முகிழ்ந்தபடியே இருந்த பல கேள்விகள் அவளை ஊடறுக்கவும் செய்தன. அவள் நிமிர்ந்து மீண்டும் ராமரைப் பார்த்தாள். விழிகளில் சாந்தம் திரும்பியிருப்பதை உற்றுக் கவனித்தவள், சந்திர குலத்தின் கௌரவத்திற்காக தன்னை ரணமாக்கி விட்டாரோ என நினைத்தபடி நடுங்கிக் கொண்டிருக்கும் பாதங்களை நன்று ஊன்றிக் கொண்டாள்.

திருமணமான பொழுதில் உறக்கம் களைந்து எழுந்த காலையில் தன்னை வலிய இழுத்து உதட்டிலும், உள்ளங்கையிலும் முத்தமிட்ட அவரின் முகம் அவள் நினைவில் மின்னலென வந்து சென்றது. அவர் முகத்தைத் திரும்பிப் பார்த்தாள். பார்க்க அருவருப்பாக இருந்தது அவளுக்கு. காதலும் காமமும் பீறிட்டு தன்னை வாரி அணைத்துக்கொண்ட அந்த ராமனா இவன் என யோசித்தவள், நிச்சயம் இருக்காது என்பதுபோல எண்ணித் தலையை ஆட்டிக்கொண்டாள்.

விருப்பத்திற்கு எதிராக, அநீதியாக ராவணன் இலங்கைக்கு கவர்ந்து சென்று, அங்கே சிறை வைத்தான் என்பதில் தன்னுடைய தவறு என்று ஏதாவது இருக்கிறதா? அதனுடன் சம்பந்தப்படுத்தி தன்னை தண்டிப்பது பேடித்தனமல்லவா என்றும் அவள் தனக்குள்ளாகவே குமுறினாள். கோபம் அவள்

மனதில் எந்நேரமும் வெடித்து விடக்கூடிய எரிமலையைப் போல உருக்கொண்டிருந்தது.

ராமர் அமைதியாக சிறு குன்றின் மீது அமர்ந்து கொண்டிருந்தார். நடப்பதை எல்லாம் சற்றுத் தொலைவில் நின்று லஷ்மணன் பார்த்துக்கொண்டிருந்தான். அவர்களின் நீடித்த அமைதி அவளுக்கு மேலும் மேலும் எரிச்சலையும் கோபத்தையும் ஏற்படுத்தின. என்னதான் காதலையும் அன்பையும் குழைத்து தன்னைக் கிறங்கடித்திருந்தாலும், சந்தேகம் எனும் கொடிய விஷம் பரவி நீலம் பாரித்துக் கிடக்கும் ராமருடன் இனி வாழ்வதில் அர்த்தம் இல்லை என்று முடிவு செய்தவளாக லஷ்மணனைப் பார்த்து கடுங்கோபத்தோடு வார்த்தைகளை வீசினாள்.

"லஷ்மணா, சிதையை ஏற்பாடு செய். இக்கஷ்டங்களுக்கு அதுவே மருந்து. என்னைக் களங்கப்படுத்தும் பொய்யான குற்றச்சாட்டுகளால் அடிக்கப்பட்டும், நான் ஜீவித்திருக்க விரும்பவில்லை. உடனே சிதையை மூட்டு."

வார்த்தைகளை எறிந்தும்கூட அவளின் சினம் தீராமல் இருந்தது. சிதை நோக்கி நுட்பமாக தன்னைத் தள்ளிய ராமரின் சாமர்த்தியத்தை நினைத்து அவளுக்கு ஆத்திரம் பீரிட்டுக்கொண்டு வந்தது. எல்லா ஆண்களையும்போல இவரும் சராசரியானவர்தான் என்று யோசித்த கணத்தில் தன் உடலெங்கும் கம்பளிப்பூச்சி ஊர்வதைப்போல உணர்ந்தாள்.

உஷ்ணமேறிய வார்த்தைகள் லஷ்மணனை வாட்டின. அவன் துடித்தான். தன் அண்ணன் முகத்தைத் திரும்பிப் பார்த்தான். அதில் எந்த சலனத்தையும் அவனால் காணமுடியவில்லை. அவரின் அமைதி அவனுக்கும் எரிச்சலையே ஏற்படுத்தியது. சிறிது நேரம் அமைதியாக இருந்தான். காலம் ஒரு நத்தையைப் போல மெதுவாக ஊர்ந்து கொண்டிருந்தது. ஒரு வார்த்தைகூட பரிமாறிக்கொள்ளப்படாமல் இறுகிக்கிடந்தது சூழல்.

உயிரோடு தன்னைப் புதைத்த மயானத்தைப்போல லஷ்மணன் தயார் செய்திருந்த சிதை அவளுக்குத் தோன்றியது. உள்ளே குமுறிக் கொண்டிருந்த கோபத்தை சிறிதும் வெளிக்காட்டிக் கொள்ளாமல் லஷ்மணனை தலையுயர்த்திப் பார்த்தாள். அவன் அமைதியாக நின்று கொண்டிருந்தான். ராமரைப் பார்க்க வேண்டும் என்று தோன்றவேயில்லை அவளுக்கு.

கனன்று எரிந்து கொண்டிருக்கும் சிதை நோக்கி மெல்ல நடந்தாள். சிதையை நெருங்க நெருங்க அவளுக்கு ஆத்திரம் பீறிட்டுக் கிளம்பியது. சிரித்துப் பேசி வருடிக்கொடுத்து தன் கழுத்தை அறுப்பதுபோல அவள் உணர்ந்து துடித்தாள். தன் ரௌத்திரம் முழுவதையும் ஒன்று கூட்டி இடப்பக்கமாகத் திரும்பி காரித்துப்பினாள். சீதையின் வலதுபுறம் நின்று கொண்டிருந்த லஷ்மணனை அவளின் ஆத்திரம் கூனிக்குறுகச் செய்தது. பின் அவள் மெல்ல நடந்து சிதையுனுள் புகுந்தாள். தீ நீண்டும் பரவியும் எரிந்து கொண்டிருந்தது.

அவரின் சிந்தனையைக் களைக்கும் விதமாக நான் கேட்டேன்: "அப்படி என்னதான் ஆழ்ந்த யோசனை?" வறண்ட குரலில் என்னிடம் பேசினார்.

"சீதைக்கும், எனக்கும் இல்லறத்தில் அவ்வப்போது பிரச்சனை எழுந்தபடி இருந்தது. ஒருவர் மீது ஒருவர் அடிக்கடி குற்றங்களைக் காண நேர்ந்தது. அவள் எனது இயலாமையை எப்போதும் சுட்டிக் காட்டியபடி இருந்தது, எனது ஆண்மையை உசுப்பேற்றியது. சண்டை வலுத்தது."

சீதையைத் தீயில் இறங்கச் சொன்ன பிறகு அவர்கள் இருவருக்கும் இடையில் உறவு அவ்வளவு சுமூகமாக இருந்திருக்காது என்பதை அவர் பேச்சிலிருந்து தெளிவாக உணர முடிந்தது. மறுபடியும் அவரே சுரத்தே இல்லாமல் உரையாடலைத் தொடர்ந்தார்.

"ஒரு நாள் திடீரென அவள் வீட்டை விட்டுக் கிளம்பிப்போய் விட்டாள். நான் தடுக்கவில்லை. ஆனால் ஒரே ஒரு கேள்வியை மட்டும் கேட்டேன்: 'நீ இப்படி வீட்டை விட்டுப் போனால் ஊர், உலகம் நம்மைப் பற்றி என்ன பேசும் - யோசித்துப்பார்த்தாயா?"

அதற்கு அவள் கூறினாள்: "என்னை ஏன் பேசப்போகிறார்கள். உன்னைத்தான் உதவாக்கரை எனப்பேசுவார்கள் என்று கூறி ஒரு சிறிய பெட்டியுடன் வெளியில் சென்றவள்தான். அதன் பிறகு கொஞ்சநாள் கழித்து ஒரு கடிதம் எழுதி இருந்தாள்" என்று, தனது ஜோல்னா பையில் தேடி, ஒரு கடிதத்தை எடுத்து, என்னிடம் கொடுத்து, படிக்குமாறு கூறினார்.

மகாகனம் பொருந்திய ஸ்ரீமான் ராமச்சந்திர பிரபுவுக்கு,

உங்களால் சீதா என பிரியமாக அழைக்கப்படும் ஜானகி எழுதிக்கொண்டது. தாங்கள் எப்படி உள்ளீர்கள்? இப்பவும் அதே போலத்தான் நடந்து கொள்கிறீர்களா? ஒரு வேகத்தில் தங்களை விட்டுப் பிரிந்து விட்டேன். இப்போது நினைத்தாலும் ஆச்சரியமாக இருக்கிறது. ஒரு காலமும் நீங்கள் அதை நினைத்துப் பார்த்திருக்க முடியாதில்லையா? மிகவும் மென்மையாக நடத்தப்படுவதில் எந்தப் பெண்ணுக்குத்தான் உடன்பாடு இருக்க முடியும்? இல்லறத்திற்கு உதாரணமாய் வாழ்ந்தால் மட்டும் போதுமா? எனக்கென்று சுகதுக்கங்கள் உண்டென்பதை எப்படி மறந்து போனீர்கள்? யுகயுகமாக அவதார புருஷன் எனும் சுமையை எப்படி உங்களால் மட்டும் சுமந்து வரமுடிகிறது?

“கொஞ்சம் சத்தமாகப் படிங்க. காது மந்தமா இருக்கு” என்று என்னைப் பார்த்துச் சொன்னார். திரும்ப அந்த வரிகளைக் கேட்பதில் அவருக்கு என்ன சந்தோஷம் ஏற்பட்டுவிடும் என்பது புரியாமல் சத்தமாக வாசிக்கத்தொடங்கினேன்.

என்னை நீங்கள் தீயில் இறங்கச் சொன்ன அன்றே நான் ஒரு முடிவுக்கு வந்து விட்டிருந்தேன். இந்த ஆள் நமக்கு சரிப்பட்டு வரமாட்டார் என்று. வந்து போகின்ற ஆட்களின் சந்தேகத்தை எல்லாம் போக்குவதற்கு நான் தானா உங்களுக்குக் கிடைத்தேன்? காலம் காலமாக ஏன் எந்த வண்ணானும் உங்களைச் சந்தேகப்படவில்லை என்பதன் மர்மம்தான் புரியவில்லை.

எனது படர்ந்த ஸ்தனங்கள் உங்களின் இதழ் சுவைப்பிற்காக மட்டுமே இருந்து விடவேண்டுமென நினைத்திருந்தேன். காலம் எல்லாவற்றையும் மாற்றிப் போட்டுவிடுகிறது. அந்த முடிவு எவ்வளவு மடத்தனமானது என இப்போது நான் அறிந்துகொள்ள முடிகிறது. நான் புதியதாக வாழ்க்கையைத் தொடங்கி இருக்கிறேன். இங்கே எந்தச் சுமைகளையும் நான் கட்டிக் காக்க வேண்டிய அவசியம் கிடையாது.

இப்படிக்கு

சீதை

கடிதம் முடிவு பெற்றிருந்தபோது பார்த்தேன். அவர் கண்மூடி மௌனித்திருந்தார். நம்பவும் முடியவில்லை. நம்பாமல் இருக்கவும் முடியவில்லை. அப்படியென்றால், சீதை எங்கிருக்கின்றாள் என்ற சிந்தனை தோன்றியது. சீதையை பல்வேறு ரூபங்களில், பலவேறுபட்ட இடங்களில் வைத்து பொருத்திப் பார்த்து மனம் சந்தோஷப்பட்டது. எவ்வளவு மகோன்னத வாழ்வாக இருந்தாலும் மகிழ்ச்சியைத் துய்க்காமல் வாழ்ந்துவிட முடியுமா?

அவர் சலனமற்று அமர்ந்திருந்தார். பேருந்தின் குலுங்களுக்கேற்ப இருவரும் குலுங்க வேண்டியிருந்தது. இருவரும் ஏதும் பேசிக்கொள்ளவில்லை. மனம் கனத்துக் கிடந்தது. நாட்டில் அவரின் பொருட்டு நடக்கும் நிகழ்வுகளையும் பொருத்திப் பார்த்துக்கொண்டேன்.

அவர் இறங்க வேண்டிய இடம் வந்து சேர்ந்தது. தள்ளாடியபடியே நடந்து சென்றார். "சீக்கிரம் இறங்குயா சாவு கிராக்கி" என நடத்துனர் திட்டியபடியே அவரை இழுத்து வெளியில் விட்டார். அவர் போகும்போது கண்களைத்தாழ்த்தி என்னைப் பார்த்தது என்னவோபோல இருந்தது.

நான் தமிழகத்துக்கு மாற்றலாகி வந்து ஆறேழு மாதங்களாகி இருக்குமென நினைக்கிறேன். என் முகவரியிட்ட கடிதம் ஒன்று அஞ்சலில் கிடைக்கப் பெற்றேன். பிரித்துப் பார்த்தேன். உத்திரப் பிரதேசத்தின் ஏதோவொரு கிராமத்திலிருந்து ஸ்ரீராமர் எழுதியிருந்தார். சில வினாடிகளுக்குள் அவருடன் பேருந்தில் பயணித்தது, அவருடனான உரையாடல்கள் எல்லாம் மனதில் மின்னி மறைந்தன.

ஸ்ரீமான் இளங்கோ அவர்களுக்கு.

ராமச்சந்திரபிரபு எழுதிக்கொண்டது. நலமாக இருக்கிறீர்களா? நான் தொடர்ந்து மருத்துவமனையில் சிகிச்சை பெற்று வருகிறேன். சிறுநீரகப் பிரச்சினை. கூடவே சாலேஸ்திரம் வேறு. டாக்டரின் பரிந்துரையின் பேரில் தினமும் நிறைய மாத்திரைகளை விழுங்க வேண்டியுள்ளது. உங்கள் ஊரிலும் என்னைப் பற்றிய பல வீரதீர சாகசக் கதைகள் உண்டென்று நண்பர் மூலம் தெரிந்துகொண்டேன். உண்மை எவ்வளவு குரூரம் நிறைந்தது பார்த்தீர்களா?

மேலும், நீங்கள் தொடர்ந்து தொலைக்காட்சி பார்த்து வருபவராயின் 'AMKAR' சோப்பு விளம்பரத்தில், குளியலறையில் இருந்து இடுப்பில் சுற்றப்பட்ட துண்டோடு, சோப்பைப்பற்றிக் கூறிக்கொண்டே வரும் பெண்ணாக நடித்திருப்பது சீதைதான் என்பதையும் நீங்கள் அறிந்துகொள்ள வேண்டும். பிறகென்ன, நீங்கள் கடிதம் எழுதுங்கள்.

ஆசிர்வாதங்களுடன்

ராமச்சந்திரபிரபு

கடிதத்தைப் படித்து முடித்தவுடன் எனக்கு எதுவும் தோன்றவில்லை. ஏன் இந்த மனிதன் எல்லாவற்றையும் எல்லோரிடமும் பகிர்ந்துகொள்ள ஆசைப்படுகிறார் என்ற கேள்வி எழுந்தது. அவர்பால் எந்தப் பரிவும் எனக்குத் தோன்றவில்லை. சீதையின் நினைவுகளால் மனம் நிரம்பிக் கிடந்தது. அவசரப்பட்டு அவருக்கு முகவரியைத் தந்திருக்கக் கூடாதெனவும் நொந்து கொண்டேன்.

கூடத்திற்குத் திரும்புகையில் தொலைக்காட்சியைப் பார்க்க வேண்டியிருந்தது. மிகச்சரியாக இடுப்பில் சுற்றப்பட்ட துண்டுடன் ஒரு பெண் கையில் சோப்பைப் பிடித்தபடி குளியலறையிலிருந்து வெளியில் வந்தாள்.

நடப்பதெல்லாம் நிஜம்தானா என, என்னைக் கிள்ளிப்பார்த்துக் கொண்டேன். வலிக்கத்தான் செய்தது.

* * *